Islamic Inheritance Law: A Comprehensive Student's Manual

ఇస్లామిక్ వారసత్వ చట్టం: విద్యార్థుల కోసం సమగ్ర మార్గదర్శి

Arohi

Copyright © [2023]

Author: Arohi

Title: Islamic Inheritance Law: A Comprehensive Student's Manual

All rights reserved. No part of this publication may be reproduced or transmitted in any form or by any means, electronic or mechanical, including photocopying, recording, or any information storage and retrieval system, without prior written permission from the author.

This book is a self-published work by the author Arohi

ISBN:

TABLE OF CONTENTS

Chapter 1: Introduction to Islamic Inheritance Law — 10

- Definition and scope of Islamic inheritance law
- Sources of Islamic inheritance law (Quran, Sunnah, Ijma, Qiyas)
- Objectives and principles of Islamic inheritance law (justice, fairness, social welfare)
- Distinction between inheritance and waqf (religious endowment)
- Historical context and development of Islamic inheritance law

Chapter 2: Heirs and their Shares — 20

- Categories of heirs: primary and secondary, male and female
- Inheritance shares determined by the Quran and Sunnah
- Specific rules for spouses, parents, children, grandchildren, siblings, and other relatives
- Exclusion of certain heirs and circumstances for disinheritance
- Application of Quranic verses and hadiths in determining shares
- Calculations and distribution of inheritance shares

Chapter 3: Wills and Testaments in Islamic Law   35

- Concept and permissibility of wills in Islamic law
- Conditions and limitations for writing a will
- Content and formalities of a valid will
- Revocation and modification of wills
- Conflict between will and Quranic inheritance shares
- Role of the executor and administration of the estate

Chapter 4: Debts and Liabilities in Inheritance   48

- Payment of debts and liabilities from the estate before distribution
- Priority of debts and obligations
- Responsibility of heirs for deceased's debts
- Methods for settlement and dispute resolution
- Protection of creditors' rights in inheritance cases

Chapter 5: Practical Application and Case Studies   58

- Applying inheritance rules to real-life scenarios
- Case studies of inheritance disputes and their resolution
- Calculation and distribution of shares in specific situations
- Role of Islamic courts and legal professionals
- Importance of seeking qualified legal advice in inheritance matters

Chapter 6: Contemporary Issues and Challenges   68

- Modern interpretations and applications of Islamic inheritance law
- Addressing gender inequality and discrimination in certain aspects
- Balancing traditional rules with modern social and economic realities
- Harmonization of Islamic inheritance law with national legal systems
- Future directions and potential reforms in Islamic inheritance jurisprudence

TABLE OF CONTENTS

అధ్యాయం 1: ఇస్లామిక్ వారసత్వ చట్టం పరిచయం — 10

- ఇస్లామిక్ వారసత్వ చట్టం యొక్క నిర్వచనం మరియు పరిధి
- ఇస్లామిక్ వారసత్వ చట్టం యొక్క మూలాలు (ఖుర్ఆన్, సున్నాహ్, ఇజ్మా, ఖియాస్)
- ఇస్లామిక్ వారసత్వ చట్టం యొక్క లక్ష్యాలు మరియు సూత్రాలు (న్యాయం, సాంఘిక సంక్షేమం)
- వారసత్వం మరియు వక్ఫ్ (మత ధర్మకార్యక్రమం) మధ్య తేడా
- ఇస్లామిక్ వారసత్వ చట్టం యొక్క చారిత్రక నేపథ్యం మరియు పరిణామం

అధ్యాయం 2: వారసులు మరియు వారి వాటాలు

- వారసుల వర్గాలు: ప్రాథమిక మరియు ద్వితీయ, పురుషులు మరియు మహిళలు
- ఖుర్ఆన్ మరియు సున్నాహ్ నిర్ణయించిన వారసత్వ వాటాలు
- జీవిత భాగ్యులు, తల్లిదండ్రులు, పిల్లలు, మనవలు, సోదర/సోదరీలు మరియు ఇతర బంధువుల కోసం నిర్దిష్ట నియమాలు
- కొన్ని వారసుల మినహాయింపు మరియు వారసత్వం నుండి తొలగించడానికి పరిస్థితులు
- వాటాలు నిర్ణయించడంలో ఖుర్ఆన్ వచనాలు మరియు హదీసుల అనువర్తనం
- వారసత్వ వాటాల లెక్కింపు మరియు పంపిణీ

అధ్యాయం 3: ఇస్లామిక్ చట్టంలో చిట్టీలు మరియు వీలుపత్రాలు — 35

- ఇస్లామిక్ చట్టంలో చిట్టీలు యొక్క భావన మరియు అనుమతి
- చిట్టీ వ్రాయడానికి పరతులు మరియు పరిమితులు
- చెల్లుబులైన చిట్టీ యొక్క విషయాలు మరియు ఆవశ్యకతలు
- చిట్టీల రద్దు మరియు సవరణ
- చిట్టీ మరియు ఖుర్ఆన్ వారసత్వ వాటాల మధ్య వివాదం
- ఎగ్జిక్యూటర్ పాత్ర మరియు ఆస్తి నిర్వహణ

అధ్యాయం 4: వారసత్వంలో అప్పులు మరియు బాధ్యతలు — 48

- పంపిణీకి ముందు ఆస్తి నుండి అప్పులు మరియు బాధ్యతల చెల్లింపు
- అప్పులు మరియు బాధ్యతల ప్రాధాన్యత
- మరణించిన వ్యక్తి యొక్క అప్పులకు వారసుల బాధ్యత
- పరిష్కారం మరియు వివాద పరిష్కారం కోసం పద్ధతులు
- వారసత్వ కేసులలో రుణగారి హక్కుల రక్షణ

అధ్యాయం 5: ఆచరణ అనువర్తనం మరియు కేసు అధ్యయనాలు 58

- వారసత్వ నియమాలను వాస్తవ జీవిత దృశ్యాలకు అన్వయించడం
- వారసత్వ వివాదాలు మరియు వాటి పరిష్కారాల కేసు అధ్యయనాలు
- నిర్దిష్ట పరిస్థితులలో వాటాల లెక్కింపు మరియు పంపిణీ
- ఇస్లామిక్ కోర్టులు మరియు న్యాయవాదుల పాత్ర
- వారసత్వ విషయాలలో అర్హత కలిగిన న్యాయ సలహాను కోరడం యొక్క ప్రాముఖ్యత

అధ్యాయం 6: సమకాలీన సమస్యలు మరియు సవాళ్లు 68

- ఇస్లామిక్ వారసత్వ చట్టం యొక్క ఆధునిక వివరణలు మరియు అనువర్తనాలు
- కొన్ని అంశాలలో లింగ అసమానత మరియు వివక్షతను ఎదుర్కోవడం
- సంప్రదాయ నియమాలను ఆధునిక సామాజిక మరియు ఆర్థిక వాస్తవాలతో సమతుల్యం చేయడం
- జాతీయ న్యాయ వ్యవస్థలతో ఇస్లామిక్ వారసత్వ చట్టం యొక్క సామరస్యత
- ఇస్లామిక్ వారసత్వ న్యాయశాస్త్రంలో భవిష్యత్తు దిశలు మరియు సంభావ్య సంస్కరణలు

Chapter 1: Introduction to Islamic Inheritance Law

అధ్యాయం 1: ఇస్లామిక్ వారసత్వ చట్టం పరిచయం

ఇస్లామిక్ వారసత్వ చట్టం యొక్క నిర్వచనం మరియు పరిధి

ఇస్లామిక్ వారసత్వ చట్టం (అల్-ఫీక్ష్ అల్-మరాసీ) అనేది ఒక వ్యక్తి మరణం తర్వాత వారి ఆస్తిని ఎలా పంపిణీ చేయాలో నిర్దేశించే ఇస్లామిక్ చట్టం యొక్క ఒక విభాగం. ఇది ఇస్లామిక్ చట్టం యొక్క ముఖ్యమైన భాగాలలో ఒకటి, మరియు ఇది ఇస్లామిక్ సమాజంలో స్థిరత్వం మరియు సామరస్యాన్ని కాపాడుకోవడంలో ముఖ్యమైన పాత్ర పోషిస్తుంది.

నిర్వచనం

ఇస్లామిక్ వారసత్వ చట్టాన్ని సాధారణంగా "ఒక వ్యక్తి మరణం తర్వాత వారి ఆస్తిని ఎలా పంపిణీ చేయాలో నిర్దేశించే ఇస్లామిక్ చట్టం యొక్క ఒక విభాగం" అని నిర్వచించవచ్చు. ఇది ఒక వ్యక్తి యొక్క ఆస్తిని వారి వారసులకు ఎలా పంపిణీ చేయాలో నిర్ణయించే నియమాల సమితిని కలిగి ఉంటుంది.

పరిధి

ఇస్లామిక్ వారసత్వ చట్టం యొక్క పరిధి చాలా విస్తృతమైనది. ఇది కింది అంశాలను కవర్ చేస్తుంది:

- వారసత్వం యొక్క అర్హత కలిగిన వ్యక్తులు

- వారసత్వం యొక్క వాటాలు
- వారసత్వం యొక్క పంపిణీ
- వారసత్వం యొక్క ధర్మం

ఇస్లామిక్ వారసత్వ చట్టం యొక్క కొన్ని ముఖ్యమైన అంశాలు ఇక్కడ ఉన్నాయి:

- వారసత్వం యొక్క అర్హత: ఇస్లామిక్ వారసత్వ చట్టం ప్రకారం, ఒక వ్యక్తి వారసత్వానికి అర్హత కలిగి ఉండటానికి కొన్ని నిబంధనలను పూర్తి చేయాలి. ఈ నిబంధనలు క్రింది విధంగా ఉన్నాయి:

    - వ్యక్తి ముస్లింగా ఉండాలి.
    - వ్యక్తి చట్టబద్ధమైన పరిపక్వతను చేరుకున్నాలి.
    - వ్యక్తి యొక్క వారసుడు మరణించిన వ్యక్తి యొక్క సోదరుడు లేదా సోదరి అయి ఉండాలి.

- వారసత్వం యొక్క వాటాలు: ఇస్లామిక్ వారసత్వ చట్టం వారసులకు వారి వాటాలను నిర్ణయించడానికి ఒక ఖచ్చితమైన వ్యవస్థను కలిగి ఉంది. ఈ వ్యవస్థ వారసుల సంబంధం మరియు లింగం ఆధారంగా వాటాలను నిర్ణయిస్తుంది.

- వారసత్వం యొక్క పంపిణీ: ఇస్లామిక్ వారసత్వ చట్టం వారసత్వం యొక్క పంపిణీ కోసం నిర్దిష్ట నిబంధనలను కలిగి ఉంది. ఈ నిబంధనలు వారసులకు వారి వాటాలను సమగ్రంగా మరియు న్యాయంగా పంపిణీ చేయడానికి రూపొందించబడ్డాయి.

ఇస్లామిక్ వారసత్వ చట్టం యొక్క మూలాలు (ఖుర్ఆన్, సున్నాహ్, ఇజ్మా, ఖియాస్)

ఇస్లామిక్ వారసత్వ చట్టం యొక్క మూలాలు ఖుర్ఆన్, సున్నాహ్, ఇజ్మా మరియు ఖియాస్‌లో ఉన్నాయి.

ఖుర్ఆన్

ఖుర్ఆన్ అనేది ఇస్లామిక్ మత గ్రంథం. ఇది దైవం యొక్క వాక్యం అని ముస్లింలు నమ్ముతారు. ఖుర్ఆన్‌లో వారసత్వం గురించి అనేక ఆజ్ఞలు ఉన్నాయి. ఈ ఆజ్ఞలు వారసత్వం యొక్క అర్హత కలిగిన వ్యక్తులు, వారసత్వం యొక్క వాటాలు మరియు వారసత్వం యొక్క పంపిణీని నిర్దేశిస్తాయి.

సున్నాహ్

సున్నాహ్ అనేది ప్రవక్త ముహమ్మద్ యొక్క మాటలు, చర్యలు మరియు అంగీకారాలు. సున్నాహ్ ఖుర్ఆన్ తర్వాత ఇస్లామిక్ చట్టం యొక్క రెండవ ప్రధాన మూలం. సున్నాహ్‌లో వారసత్వం గురించి అనేక హదీసులు ఉన్నాయి. ఈ హదీసులు ఖుర్ఆన్‌లోని ఆజ్ఞలను వివరిస్తాయి మరియు వాటిని అమలు చేయడానికి మార్గాలను అందిస్తాయి.

ఇజ్మా

ఇజ్మా అనేది మత పండితుల ఏకాభిప్రాయం. ఇస్లామిక్ చట్టంలో, ఇజ్మా ఒక బలమైన ఆధారం. ఇజ్మా వారసత్వం గురించి అనేక నిబంధనలను అందించింది. ఈ నిబంధనలు ఖుర్ఆన్ మరియు సున్నాహ్‌లోని ఆజ్ఞలకు అనుగుణంగా ఉన్నాయి.

ఖియాస్

ఖియాస్ అనేది పోలిక. ఇస్లామిక్ చట్టంలో, ఖియాస్‌ను ఒక నిబంధన లేని పరిస్థితిలో చట్టాన్ని అమలు చేయడానికి ఉపయోగించవచ్చు. ఖియాస్ వారసత్వం గురించి అనేక నిబంధనలను అందించింది. ఈ నిబంధనలు ఖుర్‌ఆన్, సున్నాహ్ మరియు ఇజ్మా ఆధారంగా ఉన్నాయి.

ఇస్లామిక్ వారసత్వ చట్టం యొక్క ముఖ్య లక్షణాలు

ఇస్లామిక్ వారసత్వ చట్టం యొక్క కొన్ని ముఖ్య లక్షణాలు ఇక్కడ ఉన్నాయి:

- న్యాయం: ఇస్లామిక్ వారసత్వ చట్టం వారసులందరికీ న్యాయమైన వాటాలను కల్పిస్తుంది.
- సమానత్వం: ఇస్లామిక్ వారసత్వ చట్టం పురుషులు మరియు మహిళల మధ్య సమానత్వాన్ని కల్పిస్తుంది.
- సామరస్యం: ఇస్లామిక్ వారసత్వ చట్టం ఇస్లామిక్ సమాజంలో స్థిరత్వం మరియు సామరస్యాన్ని కాపాడుకోవడంలో సహాయపడుతుంది.

ఇస్లామిక్ వారసత్వ చట్టం యొక్క లక్ష్యాలు మరియు సూత్రాలు (న్యాయం, సాంఘిక సంక్షేమం)

ఇస్లామిక్ వారసత్వ చట్టం యొక్క ప్రధాన లక్ష్యాలు న్యాయం మరియు సాంఘిక సంక్షేమం. ఈ లక్ష్యాలను సాధించడానికి, ఇస్లామిక్ వారసత్వ చట్టం క్రింది సూత్రాలను అనుసరిస్తుంది:

న్యాయం

ఇస్లామిక్ వారసత్వ చట్టం వారసులందరికీ న్యాయమైన వాటాలను కల్పిస్తుంది. ఈ వాటాలు వారసుల సంబంధం మరియు లింగం ఆధారంగా నిర్ణయించబడతాయి.

సమానత్వం

ఇస్లామిక్ వారసత్వ చట్టం పురుషులు మరియు మహిళల మధ్య సమానత్వాన్ని కల్పిస్తుంది. ఈ సమానత్వం వారసత్వం యొక్క వాటాలలో కూడా వర్తిస్తుంది.

సామరస్యం

ఇస్లామిక్ వారసత్వ చట్టం ఇస్లామిక్ సమాజంలో స్థిరత్వం మరియు సామరస్యాన్ని కాపాడుకోవడంలో సహాయపడుతుంది. ఇది వారసుల మధ్య విభేదాలను నివారించడానికి మరియు వారి మధ్య సామరస్యాన్ని పెంపొందించడానికి సహాయపడుతుంది.

ఇస్లామిక్ వారసత్వ చట్టం యొక్క లక్ష్యాలు మరియు సూత్రాలను అమలు చేయడానికి, ఇస్లామిక్ చట్టం ఈ క్రింది నిబంధనలను అందిస్తుంది:

- వారసత్వం యొక్క అర్హత: ఒక వ్యక్తి వారసత్వానికి అర్హత కలిగి ఉండటానికి, వారు క్రింది నిబంధనలను పూర్తి చేయాలి:

    ○ వారు ముస్లింగా ఉండాలి.
    ○ వారు చట్టబద్ధమైన పరిపక్వతను చేరుకున్నాలి.
    ○ వారు మరణించిన వ్యక్తి యొక్క సోదరుడు లేదా సోదరి అయి ఉండాలి.

- వారసత్వం యొక్క వాటాలు: ఇస్లామిక్ వారసత్వ చట్టం వారసులకు వారి వాటాలను నిర్ణయించడానికి ఒక ఖచ్చితమైన వ్యవస్థను కలిగి ఉంది. ఈ వ్యవస్థ వారసుల సంబంధం మరియు లింగం ఆధారంగా వాటాలను నిర్ణయిస్తుంది.

- వారసత్వం యొక్క పంపిణీ: ఇస్లామిక్ వారసత్వ చట్టం వారసత్వం యొక్క పంపిణీ కోసం నిర్దిష్ట నిబంధనలను కలిగి ఉంది. ఈ నిబంధనలు వారసులకు వారి వాటాలను సమగ్రంగా మరియు న్యాయంగా పంపిణీ చేయడానికి రూపొందించబడ్డాయి.

వారసత్వం మరియు వక్ఫ్ (మత ధర్మకార్యక్రమం) మధ్య తేడా

వారసత్వం మరియు వక్ఫ్ అనేవి రెండు భిన్నమైన చట్టపరమైన పరికల్పనలు. వారసత్వం అనేది ఒక వ్యక్తి మరణం తర్వాత వారి ఆస్తిని వారి వారసులకు పంపిణీ చేయడం. వక్ఫ్ అనేది ఒక వ్యక్తి తమ ఆస్తిని మత లేదా సామాజిక ప్రయోజనాల కోసం స్థిరంగా ఇవ్వడం.

ఈ రెండు పరికల్పనల మధ్య కొన్ని ప్రధాన తేడాలు ఉన్నాయి:

వారసత్వం

- వారసత్వం అనేది సహజమైన చట్టపరమైన ప్రక్రియ.
- వారసత్వం యొక్క అర్హత కోసం, ఒక వ్యక్తి మరణించిన వ్యక్తి యొక్క సంబంధం లేదా లింగం ఆధారంగా ఉండాలి.
- వారసత్వం యొక్క వాటాలు ఖుర్ఆన్ మరియు సున్నాహ్ లోని ఆజ్ఞల ఆధారంగా నిర్ణయించబడతాయి.

వక్ఫ్

- వక్ఫ్ అనేది ఒక వ్యక్తి యొక్క స్వచ్ఛంద చర్య.
- వక్ఫ్ యొక్క అర్హత కోసం, ఒక వ్యక్తి ముస్లింగా ఉండాలి మరియు మత లేదా సామాజిక ప్రయోజనాల కోసం ఆస్తిని ఇవ్వాలనుకోవాలి.
- వక్ఫ్ యొక్క వాటాలు వారసులకు నిర్ణయించబడవు.

వారసత్వం మరియు వక్ఫ్ మధ్య కొన్ని నిర్దిష్ట తేడాలు:

- వారసత్వం యొక్క ఆస్తి అనేది ఒక వ్యక్తి మరణం తర్వాత మాత్రమే పంపిణీ చేయబడుతుంది. వక్ఫ్ యొక్క ఆస్తి అనేది ఒక వ్యక్తి జీవితంలోనే పంపిణీ చేయబడుతుంది.

- వారసత్వం యొక్క ఆస్తి అనేది వారసుల వ్యక్తిగత ఆస్తిగా మారుతుంది. వక్ఫ్ యొక్క ఆస్తి అనేది మత లేదా సామాజిక ప్రయోజనాల కోసం మాత్రమే ఉపయోగించబడుతుంది.

- వారసత్వం యొక్క ఆస్తి యొక్క వినియోగం వారసులపై ఆధారపడి ఉంటుంది. వక్ఫ్ యొక్క ఆస్తి యొక్క వినియోగం వక్ఫ్ యొక్క నిబంధనలపై ఆధారపడి ఉంటుంది.

వారసత్వం మరియు వక్ఫ్ రెండూ ఇస్లామిక్ చట్టంలో ముఖ్యమైన భాగాలు. వారసత్వం సమాజంలో న్యాయం మరియు సమానత్వాన్ని ప్రోత్సహించడంలో సహాయపడుతుంది. వక్ఫ్ మతం మరియు సమాజం యొక్క అభివృద్ధికి సహాయపడుతుంది.

ఇస్లామిక్ వారసత్వ చట్టం యొక్క చారిత్రక నేపథ్యం మరియు పరిణామం

ఇస్లామిక్ వారసత్వ చట్టం (అల్-ఫిక్హ్ అల్-మరాసీ) అనేది ఒక వ్యక్తి మరణం తర్వాత వారి ఆస్తిని ఎలా పంపిణీ చేయాలో నిర్దేశించే ఇస్లామిక్ చట్టం యొక్క ఒక విభాగం. ఇది ఇస్లామిక్ చట్టం యొక్క ముఖ్యమైన భాగాలలో ఒకటి, మరియు ఇది ఇస్లామిక్ సమాజంలో స్థిరత్వం మరియు సామరస్యాన్ని కాపాడుకోవడంలో ముఖ్యమైన పాత్ర పోషిస్తుంది.

చారిత్రక నేపథ్యం

ఇస్లామిక్ వారసత్వ చట్టం యొక్క చారిత్రక నేపథ్యం మధ్యప్రాచ్యంలోని వారసత్వ చట్టం యొక్క సంప్రదాయాలలో ఉంది. ఈ సంప్రదాయాలు చాలా విభిన్నంగా ఉండేవి, మరియు అవి లింగం, సంబంధం మరియు ఇతర అంశాల ఆధారంగా విభిన్న వాటాలను కల్పించాయి.

ప్రవక్త ముహమ్మద్ (సల్లల్లాహు అలైహి వసల్లం) ఇస్లామిక్ చట్టం యొక్క పునాదులను స్థాపించారు, మరియు అవి వారసత్వ చట్టంపై కూడా ప్రభావం చూపాయి. ఖుర్ఆన్‌లోని వారసత్వం గురించిని కొన్ని ఆజ్ఞలు ఉన్నాయి, మరియు ప్రవక్త ముహమ్మద్ (సల్లల్లాహు అలైహి వసల్లం) వారసత్వం గురించి అనేక హదీసులు చెప్పారు.

ఈ ఆజ్ఞలు మరియు హదీసుల ఆధారంగా, ఇస్లామిక్ చరిత్రలోని మొదటి తరాల ఇస్లామిక్ పండితులు వారసత్వ చట్టం యొక్క ఒక మూలకాన్ని అభివృద్ధి చేశారు. ఈ చట్టం వారసులందరికీ న్యాయమైన వాటాలను కల్పించడంపై దృష్టి

పెట్టింది, మరియు ఇది పురుషులు మరియు మహిళల మధ్య సమానత్వాన్ని కూడా ప్రోత్సహించింది.

పరిణామం

ఇస్లామిక్ చరిత్రలోని తరువాతి తరాలలో, వారసత్వ చట్టం కొన్ని మార్పులకు గురైంది. ఈ మార్పులు రాజకీయ, ఆర్థిక మరియు సామాజిక కారకాల కారణంగా సంభవించాయి.

ఉదాహరణకు, మధ్యయుగ కాలంలో, ముస్లిం సామ్రాజ్యాలు విస్తరించాయి, మరియు ఈ విస్తరణ కారణంగా వివిధ సంస్కృతుల మధ్య సంబంధాలు ఏర్పడ్డాయి. ఈ సంబంధాలు వారసత్వ చట్టంపై ప్రభావం చూపాయి, మరియు ఇది వివిధ సంస్కృతుల వారసత్వ సంప్రదాయాలను ప్రతిబింబించేలా మారింది.

Chapter 2: Heirs and their Shares
అధ్యాయం 2: వారసులు మరియు వారి వాటాలు

వారసుల వర్గాలు: ప్రాథమిక మరియు ద్వితీయ, పురుషులు మరియు మహిళలు

ఇస్లామిక్ వారసత్వ చట్టం వారసులను రెండు ప్రధాన వర్గాలుగా విభజిస్తుంది: ప్రాథమిక వారసులు మరియు ద్వితీయ వారసులు.

ప్రాథమిక వారసులు

ప్రాథమిక వారసులు వారసత్వం యొక్క ఖచ్చితమైన వాటాలను కలిగి ఉంటారు. వారు ఈ క్రింది వ్యక్తులు:

- సంతతులు: పురుషులు మరియు మహిళలు.
- పేరెంట్లు: తల్లిదండ్రులు.
- వైవాహిక భాగస్వామి.

ద్వితీయ వారసులు

ద్వితీయ వారసులు ప్రాథమిక వారసుల తర్వాత వారసత్వం పొందుతారు. వారు ఈ క్రింది వ్యక్తులు:

- సోదరులు మరియు సోదరీమణులు.
- పెద్దలు మరియు చిన్నవారు.
- తల్లిదండ్రుల సోదరులు మరియు సోదరీమణులు.

- పెద్దలు మరియు చిన్నవారు.

పురుషులు మరియు మహిళల వారసత్వ వాటాలు

ఇస్లామిక్ వారసత్వ చట్టం పురుషులు మరియు మహిళలకు వారసత్వం యొక్క భిన్నమైన వాటాలను కల్పిస్తుంది. ఈ వ్యత్యాసాలు వారసుల సంబంధం మరియు లింగం ఆధారంగా ఉంటాయి.

ప్రాథమిక వారసుల వారసత్వ వాటాలు

- సంతతులు: కుమారులు మరియు కుమార్తెలకు వారసత్వం యొక్క సమాన వాటాలు ఉంటాయి.
- పేరెంట్లు: తల్లిదండ్రులకు వారసత్వం యొక్క 1/6 వాటాలు ఉంటాయి. తల్లికి మాత్రమే వారసత్వం యొక్క 1/3 వాటాలు ఉండవచ్చు.
- వైవాహిక భాగస్వామి: భర్తకు భార్య వారసత్వం యొక్క 1/4 వాటాలు ఉంటాయి. భార్యకు భర్త వారసత్వం యొక్క 1/8 వాటాలు ఉంటాయి.

ద్వితీయ వారసుల వారసత్వ వాటాలు

- సోదరులు మరియు సోదరీమణులు: పురుష సోదరులు మహిళ సోదరీమణుల కంటే ఎక్కువ వాటా పొందుతారు.
- పెద్దలు మరియు చిన్నవారు: పెద్ద వారసులు చిన్న వారసుల కంటే ఎక్కువ వాటా పొందుతారు.
- తల్లిదండ్రుల సోదరులు మరియు సోదరీమణులు: పురుష సోదరులు మహిళ సోదరీమణుల కంటే ఎక్కువ వాటా పొందుతారు.

వారసత్వ చట్టంలో మార్పులు

ఇటీవలి సంవత్సరాలలో, కొన్ని ఇస్లామిక్ దేశాలు వారి వారసత్వ చట్టాలలో మార్పులు చేశాయి. ఈ మార్పులు పురుషులు మరియు మహిళలకు సమాన వారసత్వ వాటాలను కల్పించడానికి లక్ష్యంగా పెట్టుకున్నాయి.

ఖుర్ఆన్ మరియు సున్నాహ్ నిర్ణయించిన వారసత్వ వాటాలు

ఇస్లామిక్ వారసత్వ చట్టం ఖుర్ఆన్ మరియు సున్నాహ్‌లోని ఆజ్ఞల ఆధారంగా నిర్ణయించబడుతుంది. ఖుర్ఆన్‌లో వారసత్వం గురించిని కొన్ని ఆజ్ఞలు ఉన్నాయి, మరియు ప్రవక్త ముహమ్మద్ (సల్లల్లాహు అలైహి వసల్లం) వారసత్వం గురించి అనేక హదీసులు చెప్పారు.

ఖుర్ఆన్‌లోని వారసత్వ ఆజ్ఞలు

ఖుర్ఆన్‌లోని వారసత్వ ఆజ్ఞలు క్రింది విధంగా ఉన్నాయి:

- సంతతులు: కుమారులు మరియు కుమార్తెలకు వారసత్వం యొక్క సమాన వాటాలు ఉంటాయి. (ఖుర్ఆన్ 4:11)

- పేరెంట్లు: తల్లిదండ్రులకు వారసత్వం యొక్క 1/6 వాటాలు ఉంటాయి. తల్లికి మాత్రమే వారసత్వం యొక్క 1/3 వాటాలు ఉండవచ్చు. (ఖుర్ఆన్ 4:11)

- వైవాహిక భాగస్వామి: భర్తకు భార్య వారసత్వం యొక్క 1/4 వాటాలు ఉంటాయి. భార్యకు భర్త వారసత్వం యొక్క 1/8 వాటాలు ఉంటాయి. (ఖుర్ఆన్ 4:12)

సున్నాహ్‌లోని వారసత్వ హదీసులు

ప్రవక్త ముహమ్మద్ (సల్లల్లాహు అలైహి వసల్లం) వారసత్వం గురించి అనేక హదీసులు చెప్పారు. ఈ హదీసులు ఖుర్ఆన్‌లోని ఆజ్ఞలను వివరిస్తాయి మరియు వారసత్వం గురించిని మరింత స్పష్టత ఇస్తాయి.

ఉదాహరణకు, ఒక హదీసులో, ప్రవక్త ముహమ్మద్ (సల్లల్లాహు అలైహి వసల్లం) ఇలా చెప్పారు:

"కుమారులు మరియు కుమార్తెలు వారసత్వం యొక్క సమాన వాటాలను పొందుతారు." (బుఖారీ మరియు ముస్లిం)

ఈ హదీసు ఖుర్ఆన్‌లోని 4:11 ఆజ్ఞను స్పష్టంగా వివరిస్తుంది.

ఇతర హదీసులు వారసత్వం యొక్క ఇతర అంశాలను వివరిస్తాయి. ఉదాహరణకు, ఒక హదీసులో, ప్రవక్త ముహమ్మద్ (సల్లల్లాహు అలైహి వసల్లం) ఇలా చెప్పారు:

"తల్లికి వారసత్వం యొక్క 1/3 వాటాలు ఉంటాయి, కానీ ఆమెకు ఇద్దరు లేదా అంతకంటే ఎక్కువ పిల్లలు ఉంటే, ఆమెకు 1/8 వాటాలు మాత్రమే ఉంటాయి." (ముస్లిం)

జీవిత భాగ్యులు, తల్లిదండ్రులు, పిల్లలు, మనవలు, సోదర/సోదరీలు మరియు ఇతర బంధువుల కోసం నిర్దిష్ట నియమాలు

ఇస్లామిక్ వారసత్వ చట్టం వారసులను రెండు ప్రధాన వర్గాలుగా విభజిస్తుంది: ప్రాథమిక వారసులు మరియు ద్వితీయ వారసులు.

ప్రాథమిక వారసులు

ప్రాథమిక వారసులు వారసత్వం యొక్క ఖచ్చితమైన వాటాలను కలిగి ఉంటారు. వారు ఈ క్రింది వ్యక్తులు:

- సంతతులు: పురుషులు మరియు మహిళలు.
- పేరెంట్లు: తల్లిదండ్రులు.
- వైవాహిక భాగస్వామి.

ప్రాథమిక వారసుల వారసత్వ వాటాలు

- సంతతులు: కుమారులు మరియు కుమార్తెలకు వారసత్వం యొక్క సమాన వాటాలు ఉంటాయి.
- పేరెంట్లు: తల్లిదండ్రులకు వారసత్వం యొక్క 1/6 వాటాలు ఉంటాయి. తల్లికి మాత్రమే వారసత్వం యొక్క 1/3 వాటాలు ఉండవచ్చు.
- వైవాహిక భాగస్వామి: భర్తకు భార్య వారసత్వం యొక్క 1/4 వాటాలు ఉంటాయి. భార్యకు భర్త వారసత్వం యొక్క 1/8 వాటాలు ఉంటాయి.

ద్వితీయ వారసులు

ద్వితీయ వారసులు ప్రాథమిక వారసుల తర్వాత వారసత్వం పొందుతారు. వారు ఈ క్రింది వ్యక్తులు:

- సోదరులు మరియు సోదరీమణులు.
- పెద్దలు మరియు చిన్నవారు.
- తల్లిదండ్రుల సోదరులు మరియు సోదరీమణులు.
- పెద్దలు మరియు చిన్నవారు.

ద్వితీయ వారసుల వారసత్వ వాటాలు

- సోదరులు మరియు సోదరీమణులు: పురుష సోదరులు మహిళ సోదరీమణుల కంటే ఎక్కువ వాటా పొందుతారు.
- పెద్దలు మరియు చిన్నవారు: పెద్ద వారసులు చిన్న వారసుల కంటే ఎక్కువ వాటా పొందుతారు.
- తల్లిదండ్రుల సోదరులు మరియు సోదరీమణులు: పురుష సోదరులు మహిళ సోదరీమణుల కంటే ఎక్కువ వాటా పొందుతారు.

జీవిత భాగ్యలు

ఒక వ్యక్తి మరణిస్తే, వారి భార్య లేదా భర్తకు వారసత్వం యొక్క ఖచ్చితమైన వాటాలు ఉంటాయి.

- భర్తకు భార్య వారసత్వం యొక్క 1/4 వాటాలు ఉంటాయి.
- భార్యకు భర్త వారసత్వం యొక్క 1/8 వాటాలు ఉంటాయి.

ఒక వ్యక్తి ఒంటరిగా ఉన్నట్లయితే, వారి భార్య లేదా భర్తకు వారసత్వం యొక్క మొత్తం ఆస్తిని పొందే హక్కు ఉంటుంది.

కొన్ని వారసుల మినహాయింపు మరియు వారసత్వం నుండి తొలగించడానికి పరిస్థితులు

ఇస్లామిక్ వారసత్వ చట్టం ప్రకారం, కొన్ని వారసులను మినహాయించవచ్చు లేదా వారసత్వం నుండి తొలగించవచ్చు. ఈ మినహాయింపులు లేదా తొలగింపులు వారసుల వ్యక్తిగత లక్షణాలు లేదా చర్యల ఆధారంగా ఉంటాయి.

కొన్ని వారసులను మినహాయించే పరిస్థితులు

- వారసుడు ఇస్లాం మతాన్ని విడిచిపెట్టినట్లయితే, అతను లేదా ఆమె వారసత్వం నుండి మినహాయించబడతాడు.

- వారసుడు ఒక హత్యకు పాల్పడినట్లయితే, అతను లేదా ఆమె వారసత్వం నుండి మినహాయించబడతాడు.

- వారసుడు ఒక అపార్థం లేదా అవినీతి కారణంగా వారసుడు వారసత్వం నుండి మినహాయించబడ్డాడు.

వారసులను వారసత్వం నుండి తొలగించే పరిస్థితులు

- వారసుడు ఒక వారసు నుండి వారసత్వం నుండి తొలగించబడేలా ఒక ఒప్పందం చేసుకున్నట్లయితే, ఆ వారసుడు వారసత్వం నుండి తొలగించబడతాడు.

- వారసుడు ఒక వారసు నుండి వారసత్వం నుండి తొలగించబడేలా ఒక ఉత్తరం వ్రాసినట్లయితే, ఆ వారసుడు వారసత్వం నుండి తొలగించబడతాడు.

వారసులను మినహాయించడం లేదా తొలగించడం గురించి ఒక వారసు ఫిర్యాదు చేసినట్లయితే, ఒక న్యాయస్థానం ఈ విషయాన్ని పరిష్కరించాలి.

వారసత్వం నుండి వారసులను మినహాయించడం లేదా తొలగించడం అనేది ఒక ముఖ్యమైన అంశం, మరియు దీనిని జాగ్రత్తగా పరిగణించాలి.

వాటాలు నిర్ణయించడంలో ఖుర్ఆన్ వచనాలు మరియు హదీసుల అనువర్తనం

ఇస్లామిక్ వారసత్వ చట్టం ఖుర్ఆన్ మరియు సున్నాహ్‌లోని ఆజ్ఞల ఆధారంగా నిర్ణయించబడుతుంది. ఖుర్ఆన్‌లో వారసత్వం గురించిని కొన్ని ఆజ్ఞలు ఉన్నాయి, మరియు ప్రవక్త ముహమ్మద్ (సల్లల్లాహు అలైహి వసల్లం) వారసత్వం గురించి అనేక హదీసులు చెప్పారు.

ఖుర్ఆన్ వచనాలు

ఖుర్ఆన్‌లోని వారసత్వ ఆజ్ఞలు క్రింది విధంగా ఉన్నాయి:

- ఖుర్ఆన్ 4:11: "పురుషులకు వారి వాటా ఉంది, మరియు స్త్రీలకు వారి వాటా ఉంది."
- ఖుర్ఆన్ 4:12: "పురుషులకు తల్లిదండ్రుల నుండి 1/6 వాటాలు, మరియు స్త్రీలకు తల్లిదండ్రుల నుండి 1/6 వాటాలు."
- ఖుర్ఆన్ 4:176: "వీరు వారసులు. వారిని వారసత్వం నుండి మినహాయించవద్దు."

హదీసులు

ప్రవక్త ముహమ్మద్ (సల్లల్లాహు అలైహి వసల్లం) వారసత్వం గురించి అనేక హదీసులు చెప్పారు. ఈ హదీసులు ఖుర్ఆన్‌లోని ఆజ్ఞలను వివరిస్తాయి మరియు వారసత్వం గురించిని మరింత స్పష్టత ఇస్తాయి.

ఉదాహరణకు, ఒక హదీసులో, ప్రవక్త ముహమ్మద్ (సల్లల్లాహు అలైహి వసల్లం) ఇలా చెప్పారు:

"కుమారులు మరియు కుమార్తెలకు వారసత్వం యొక్క సమాన వాటాలు ఉంటాయి." (బుఖారీ మరియు ముస్లిం)

ఈ హదీసు ఖుర్ఆన్ 4:11 ఆజ్ఞను స్పష్టంగా వివరిస్తుంది.

ఇతర హదీసులు వారసత్వం యొక్క ఇతర అంశాలను వివరిస్తాయి. ఉదాహరణకు, ఒక హదీసులో, ప్రవక్త ముహమ్మద్ (సల్లల్లాహు అలైహి వసల్లం) ఇలా చెప్పారు:

"తల్లికి వారసత్వం యొక్క 1/3 వాటాలు ఉంటాయి, కానీ ఆమెకు ఇద్దరు లేదా అంతకంటే ఎక్కువ పిల్లలు ఉంటే, ఆమెకు 1/8 వాటాలు మాత్రమే ఉంటాయి." (ముస్లిం)

ఈ హదీసు ఖుర్ఆన్ 4:11 ఆజ్ఞను మరింత స్పష్టత ఇస్తుంది.

వారసత్వ వాటాల లెక్కింపు మరియు పంపిణీ

ఇస్లామిక్ వారసత్వ చట్టం ప్రకారం, వారసులు వారసత్వం యొక్క ఖచ్చితమైన వాటాలను పొందుతారు. ఈ వాటాలు వారసుల సంబంధం మరియు లింగం ఆధారంగా నిర్ణయించబడతాయి.

వారసత్వ వాటాల లెక్కింపు

వారసత్వ వాటాలను లెక్కించడానికి, మొదట మొత్తం వారసత్వాన్ని లెక్కించాలి. మొత్తం వారసత్వం అనేది మరణించిన వ్యక్తి యొక్క మొత్తం ఆస్తి, తన రుణాల తర్వాత.

మొత్తం వారసత్వం లెక్కించబడిన తర్వాత, ప్రతి వారసుని వాటాను లెక్కించవచ్చు. ప్రతి వారసుని వాటాను లెక్కించడానికి, ఆ వారసుని వాటాను నిర్ణయించే నియమాన్ని ఉపయోగించాలి.

వారసత్వ వాటాల పంపిణీ

వారసత్వ వాటాలను పంపిణీ చేయడానికి, మొదట ప్రతి వారసుని వాటాను ఒక సంఖ్యగా మార్చుకోవాలి. ఈ సంఖ్యను "వాటా" అంటారు.

వాటాలను మార్చిన తర్వాత, వాటాలను వాటా యొక్క పరిమాణం ఆధారంగా పంపిణీ చేయవచ్చు.

ఉదాహరణ

ఒక వ్యక్తి మరణిస్తే, అతనికి ఒక భార్య, ఇద్దరు కుమారులు మరియు ఒక కుమార్తె ఉన్నారు. ఈ సందర్భంలో, వారసులు ఇలా ఉంటారు:

- భార్య
- కుమారుడు 1
- కుమారుడు 2
- కుమార్తె

ఈ వారసులకు వాటాలు ఇలా ఉంటాయి:

- భార్య: 1/4
- కుమారుడు 1: 1/6
- కుమారుడు 2: 1/6
- కుమార్తె: 1/6

మొత్తం వారసత్వం ₹100,000 అని అనుకుందాం. ఈ సందర్భంలో, వారసత్వ వాటాల పంపిణీ ఇలా ఉంటుంది:

- భార్య: ₹25,000
- కుమారుడు 1: ₹16,667
- కుమారుడు 2: ₹16,667
- కుమార్తె: ₹16,667

వారసత్వ వాటాల లెక్కింపు మరియు పంపిణీలో జాగ్రత్తలు

వారసత్వ వాటాల లెక్కింపు మరియు పంపిణీ అనేది ఒక ముఖ్యమైన ప్రక్రియ. ఈ ప్రక్రియలో జాగ్రత్తలు తీసుకోవడం చాలా ముఖ్యం.

వారసత్వ వాటాల లెక్కింపులో జాగ్రత్తలు

- మొత్తం వారసత్వాన్ని సరిగ్గా లెక్కించడం చాలా ముఖ్యం.
- వారసుల సంబంధం మరియు లింగం గురించి సరిగ్గా తెలుసుకోవడం చాలా ముఖ్యం.
- వారసులకు వర్తించే నియమాలను సరిగ్గా అర్థం చేసుకోవడం చాలా ముఖ్యం.

Chapter 3: Wills and Testaments in Islamic Law
అధ్యాయం 3: ఇస్లామిక్ చట్టంలో చిట్టీలు మరియు వీలుపత్రాలు

ఇస్లామిక్ చట్టంలో చిట్టీలు యొక్క భావన మరియు అనుమతి

ఇస్లామిక్ చట్టంలో, చిట్టీలను "ఖాల్వా" అని పిలుస్తారు. ఖాల్వా అనేది ఒక వ్యక్తి తన ఆస్తిని మరొక వ్యక్తికి ఉచితంగా ఇవ్వడం. చిట్టీలు సాధారణంగా స్నేహం, కుటుంబ బంధాలు లేదా మతపరమైన కారణాల కోసం చేయబడతాయి.

ఇస్లామిక్ చట్టంలో చిట్టీలకు అనుమతి ఉంది. అయితే, చిట్టీలు కొన్ని నియమాలకు లోబడి ఉంటాయి. ఈ నియమాలు క్రింది విధంగా ఉన్నాయి:

- చిట్టీలు ఉచితంగా ఇవ్వబడాలి.
- చిట్టీలలో ఏదైనా శారీరక లేదా ఆధ్యాత్మిక ప్రతిఫలం కోసం ఒప్పందం ఉండకూడదు.
- చిట్టీలు ఒక వ్యక్తి యొక్క తప్పుడు అభిప్రాయం లేదా మోసాన్ని ఆధారంగా ఉండకూడదు.

చిట్టీల యొక్క ప్రయోజనాలు

చిట్టీలు అనేక ప్రయోజనాలను కలిగి ఉంటాయి. ఈ ప్రయోజనాలు క్రింది విధంగా ఉన్నాయి:

- చిట్టీలు స్నేహం, కుటుంబ బంధాలు మరియు సమాజంలోని సంబంధాలను బలోపేతం చేస్తాయి.

- చిట్టీలు మంచి పనులను ప్రోత్సహిస్తాయి.
- చిట్టీలు ఒక వ్యక్తి యొక్క ఆధ్యాత్మిక పురోగతిని సహాయపడతాయి.

చిట్టీల యొక్క ఉదాహరణలు

ఒక వ్యక్తి తన కుటుంబ సభ్యుడికి లేదా స్నేహితుడికి వారి భవిష్యత్తు కోసం ఆస్తిని ఇవ్వడానికి ఒక చిట్టీ చేయవచ్చు. ఒక వ్యక్తి ఒక మత సంస్థకు లేదా దాతృత్వ సంస్థకు ఆస్తిని ఇవ్వడానికి ఒక చిట్టీ చేయవచ్చు.

చిట్టీలు చేసేటప్పుడు జాగ్రత్తలు

చిట్టీలు చేసేటప్పుడు కొన్ని జాగ్రత్తలు తీసుకోవడం చాలా ముఖ్యం. ఈ జాగ్రత్తలు క్రింది విధంగా ఉన్నాయి:

- చిట్టీ యొక్క పరిస్థితులను స్పష్టంగా మరియు నిర్దిష్టంగా రాయడం చాలా ముఖ్యం.
- చిట్టీని సాక్షుల ముందు రాయడం మంచిది.
- చిట్టీని ఒక న్యాయస్థానం లేదా ఇస్లామిక్ చట్ట నిపుణుడిచే సమీక్షించడం మంచిది.

చిట్టీలు అనేవి ఇస్లామిక్ చట్టంలో ఒక ముఖ్యమైన భాగం. చిట్టీలు స్నేహం, కుటుంబ బంధాలు, మంచి పనులు మరియు ఆధ్యాత్మిక పురోగతిని ప్రోత్సహిస్తాయి.

చిట్టీ వ్రాయడానికి షరతులు మరియు పరిమితులు

ఇస్లామిక్ చట్టంలో, చిట్టీలు అనేవి ఒక వ్యక్తి తన ఆస్తిని మరొక వ్యక్తికి ఉచితంగా ఇవ్వడం. చిట్టీలు సాధారణంగా స్నేహం, కుటుంబ బంధాలు లేదా మతపరమైన కారణాల కోసం చేయబడతాయి.

చిట్టీలు చెల్లుబాటు అయ్యేలా ఉండటానికి, అవి కొన్ని షరతులను తీర్చాలి. ఈ షరతులు క్రింది విధంగా ఉన్నాయి:

- చిట్టీలు ఉచితంగా ఇవ్వాలి. చిట్టీకి ఏదైనా శారీరక లేదా ఆధ్యాత్మిక ప్రతిఫలం కోసం ఒప్పందం ఉండకూడదు.
- చిట్టీలు ఒక వ్యక్తి యొక్క తప్పుడు అభిప్రాయం లేదా మోసాన్ని ఆధారంగా ఉండకూడదు.
- చిట్టీలు చట్టబద్ధమైనవిగా ఉండాలి. చిట్టీలు ఇస్లామిక్ చట్టానికి విరుద్ధంగా ఉండకూడదు.

చిట్టీలు కొన్ని పరిమితులకు లోబడి ఉంటాయి. ఈ పరిమితులు క్రింది విధంగా ఉన్నాయి:

- చిట్టీలు వారసత్వాన్ని వ్యతిరేకించకూడదు. ఒక వ్యక్తి మరణించిన తర్వాత, వారి వారసులు వారసత్వం యొక్క వాటాలను పొందుతారు. చిట్టీ ఈ వాటాలను తగ్గించకూడదు.
- చిట్టీలు ఒక వ్యక్తి యొక్క జీవిత భాగస్వామి యొక్క హక్కులను హానికరం చేయకూడదు. ఒక వ్యక్తి యొక్క జీవిత భాగస్వామికి వారసత్వం యొక్క కనీస వాటం ఉంటుంది. చిట్టీ ఈ వాటాన్ని తగ్గించకూడదు.

చిట్టీలు చేసేటప్పుడు ఈ షరతులు మరియు పరిమితులను గుర్తుంచుకోవడం చాలా ముఖ్యం. చిట్టీ చెల్లుబాటు అయ్యేలా ఉండటానికి, ఇవి తీర్చాలి.

చిట్టీ వ్రాయడానికి కొన్ని చిట్కాలు

చిట్టీలు చేసేటప్పుడు, కొన్ని చిట్కాలు పాటించడం చాలా ముఖ్యం. ఈ చిట్కాలు క్రింది విధంగా ఉన్నాయి:

- చిట్టీని స్పష్టంగా మరియు నిర్దిష్టంగా రాయండి. చిట్టీలోని షరతులు మరియు పరిమితులు స్పష్టంగా ఉండాలి.
- చిట్టీని సాక్షుల ముందు రాయండి. చిట్టీని సాక్షులు సంతకం చేయాలి.
- చిట్టీని ఒక న్యాయస్థానం లేదా ఇస్లామిక్ చట్ట నిపుణుడిచే సమీక్షించండి. చిట్టీ చెల్లుబాటు అయ్యేలా ఉందని నిర్ధారించుకోవడానికి, దీనిని ఒక న్యాయస్థానం లేదా ఇస్లామిక్ చట్ట నిపుణుడు సమీక్షించడం మంచిది.

చెల్లుబులైన చిట్టీ యొక్క విషయాలు మరియు ఆవశ్యకతలు

చిట్టీ యొక్క విషయాలు

ఒక చెల్లుబులైన చిట్టీలో కింది విషయాలు ఉండాలి:

- దాత: చిట్టీ చేసే వ్యక్తి.
- లాభదారుడు: చిట్టీ పొందే వ్యక్తి.
- ఆస్తి: చిట్టీ ద్వారా ఇవ్వబడుతున్న ఆస్తి.
- చిట్టీ యొక్క తేదీ: చిట్టీ రాయబడిన తేదీ.
- చిట్టీ యొక్క పరిస్థితులు: చిట్టీ యొక్క పరిస్థితులు, ఉదాహరణకు, చిట్టీ యొక్క పరిమితులు లేదా షరతులు.

చిట్టీ యొక్క ఆవశ్యకతలు

ఒక చెల్లుబులైన చిట్టీ కింది ఆవశ్యకతలను తీర్చాలి:

- ఉచితంగా ఇవ్వబడాలి: చిట్టీకి ఏదైనా శారీరక లేదా ఆధ్యాత్మిక ప్రతిఫలం కోసం ఒప్పందం ఉండకూడదు.
- ఒక వ్యక్తి యొక్క తప్పుడు అభిప్రాయం లేదా మోసాన్ని ఆధారంగా ఉండకూడదు.
- చట్టబద్ధమైనదిగా ఉండాలి: చిట్టీ ఇస్లామిక్ చట్టానికి విరుద్ధంగా ఉండకూడదు.
- వారసత్వాన్ని వ్యతిరేకించకూడదు.

- ఒక వ్యక్తి యొక్క జీవిత భాగస్వామి యొక్క హక్కులను హానికరం చేయకూడదు.

చిట్టీ యొక్క సాక్షులు

చిట్టీని సాక్షులు సంతకం చేయాలి. సాక్షులు ఈ క్రింది లక్షణాలను కలిగి ఉండాలి:

- సంపూర్ణ మానసిక ఆరోగ్యం కలిగి ఉండాలి.
- వయస్సు 15 సంవత్సరాలకు పైగా ఉండాలి.
- చిట్టీ యొక్క విషయాలను అర్థం చేసుకోగల సామర్థ్యం ఉండాలి.
- చిట్టీ సంతకం చేసే సమయంలో స్వచ్ఛందంగా ఉండాలి.

చిట్టీ యొక్క రాత

చిట్టీని స్పష్టంగా మరియు నిర్దిష్టంగా రాయడం చాలా ముఖ్యం. చిట్టీలోని షరతులు మరియు పరిమితులు స్పష్టంగా ఉండాలి. చిట్టీలోని ఏవైనా అస్పష్టతలు లేదా లోపాలు చిట్టీ చెల్లుబాటును ప్రభావితం చేస్తాయి.

చిట్టీ యొక్క భద్రత

చిట్టీని సురక్షితంగా ఉంచడం చాలా ముఖ్యం. చిట్టీని వేరే వ్యక్తులు చూడలేని చోట ఉంచాలి. చిట్టీని కాపీ చేసి, ఒక కాపీని సురక్షితంగా ఉంచడం మంచిది.

చిట్టీ యొక్క భవిష్యత్తు

చిట్టీ ఒక చెల్లుబాటు అయిన చట్టపరమైన పత్రం. చిట్టీ యొక్క నిబంధనలను లాభదారుడు పాటించాలి. చిట్టీ యొక్క నిబంధనలను ఉల్లంఘించినట్లయితే, దాత చిట్టీని రద్దు చేయవచ్చు.

చిట్టీల రద్దు మరియు సవరణ

ఇస్లామిక్ చట్టంలో, చిట్టీలను రద్దు చేయడానికి లేదా సవరించడానికి కొన్ని మార్గాలు ఉన్నాయి.

చిట్టీల రద్దు

ఒక చిట్టీని రద్దు చేయడానికి, దాత చిట్టీని రద్దు చేయాలని ఒక వ్రాతపూర్వక ప్రకటన చేయాలి. ఈ ప్రకటనను సాక్షుల ముందు చేయాలి.

చిట్టీని రద్దు చేయడానికి కొన్ని కారణాలు ఉన్నాయి. ఈ కారణాలు క్రింది విధంగా ఉన్నాయి:

- చిట్టీ యొక్క నిబంధనలను లాభదారుడు ఉల్లంఘించినట్లయితే, దాత చిట్టీని రద్దు చేయవచ్చు.
- చిట్టీ యొక్క నిబంధనలు ఇస్లామిక్ చట్టానికి విరుద్ధంగా ఉంటే, దాత చిట్టీని రద్దు చేయవచ్చు.
- చిట్టీ ఒక వ్యక్తి యొక్క తప్పుడు అభిప్రాయం లేదా మోసాన్ని ఆధారంగా ఉంటే, దాత చిట్టీని రద్దు చేయవచ్చు.

చిట్టీల సవరణ

ఒక చిట్టీని సవరించడానికి, దాత మరియు లాభదారుడు కలిసి ఒక కొత్త చిట్టీని రాయవచ్చు. కొత్త చిట్టీలో, పాత చిట్టీలోని ఏవైనా తప్పులు లేదా లోపాలను సరిచేయవచ్చు.

చిట్టీని సవరించడానికి కొన్ని కారణాలు ఉన్నాయి. ఈ కారణాలు క్రింది విధంగా ఉన్నాయి:

- చిట్టీలోని ఆస్తిని మార్చడానికి దాత మరియు లాభదారుడు కోరుకుంటే, వారు చిట్టీని సవరించవచ్చు.
- చిట్టీ యొక్క పరిస్థితులను మార్చడానికి దాత మరియు లాభదారుడు కోరుకుంటే, వారు చిట్టీని సవరించవచ్చు.

చిట్టీల రద్దు మరియు సవరణకు సంబంధించిన నిబంధనలు

చిట్టీల రద్దు మరియు సవరణకు సంబంధించిన కొన్ని నిబంధనలు ఉన్నాయి. ఈ నిబంధనలు క్రింది విధంగా ఉన్నాయి:

- చిట్టీని రద్దు చేయడానికి లేదా సవరించడానికి, దాత మరియు లాభదారుడు స్వచ్ఛందంగా ఉండాలి.
- చిట్టీని రద్దు చేయడానికి లేదా సవరించడానికి, చిట్టీలోని ఆస్తిని కోల్పోయే వ్యక్తి అంగీకరించాలి.

చిట్టీల రద్దు మరియు సవరణ అనేవి ఒక ముఖ్యమైన అంశం. చిట్టీలను రద్దు చేయడానికి లేదా సవరించడానికి ముందు, నిబంధనలను జాగ్రత్తగా అర్థం చేసుకోవడం చాలా ముఖ్యం.

చిట్టీ మరియు ఖుర్ఆన్ వారసత్వ వాటాల మధ్య వివాదం

ఇస్లామిక్ చట్టంలో, చిట్టీలు మరియు వారసత్వం రెండూ ముఖ్యమైన అంశాలు. చిట్టీలు అనేవి ఒక వ్యక్తి తన ఆస్తిని మరొక వ్యక్తికి ఉచితంగా ఇవ్వడం. వారసత్వం అనేది ఒక వ్యక్తి మరణించిన తర్వాత వారి ఆస్తిని వారి వారసులు పొందడం.

చిట్టీలు మరియు వారసత్వం మధ్య కొన్నిసార్లు వివాదాలు ఏర్పడతాయి. ఈ వివాదాలు క్రింది విధంగా ఉంటాయి:

- చిట్టీ యొక్క నిబంధనలు ఖుర్ఆన్ వారసత్వ వాటాలను ఉల్లంఘిస్తే

ఉదాహరణకు, ఒక వ్యక్తి తన భార్యకు వారసత్వం యొక్క కనీస వాటం కంటే తక్కువ వాటాను ఇచ్చేలా చిట్టీ చేస్తే, ఈ చిట్టీ ఖుర్ఆన్ వారసత్వ వాటాలను ఉల్లంఘిస్తుంది. ఈ సందర్భంలో, చిట్టీ చెల్లుబాటు కాదు మరియు వారసత్వం యొక్క కనీస వాటం భార్యకు ఇవ్వాలి.

- చిట్టీ యొక్క నిబంధనలు ఒక వ్యక్తి యొక్క జీవిత భాగస్వామి యొక్క హక్కులను హానికరం చేస్తే

ఉదాహరణకు, ఒక వ్యక్తి తన భార్యకు వారసత్వం యొక్క కనీస వాటంతో పాటు, మరొక వ్యక్తికి కూడా ఆస్తిని ఇచ్చేలా చిట్టీ చేస్తే, ఈ చిట్టీ ఒక వ్యక్తి యొక్క జీవిత భాగస్వామి యొక్క హక్కులను హానికరం చేస్తుంది. ఈ సందర్భంలో, చిట్టీ చెల్లుబాటు కాదు మరియు వారసత్వం యొక్క కనీస వాటం భార్యకు ఇవ్వాలి.

- చిట్టీ ఒక వ్యక్తి యొక్క తప్పుడు అభిప్రాయం లేదా మోసాన్ని ఆధారంగా ఉంటే

ఉదాహరణకు, ఒక వ్యక్తి తన కుమారుడు చాలా మంచి వ్యక్తి అని నమ్మి, అతనికి తన ఆస్తిని ఇచ్చేలా చిట్టీ చేస్తే, కానీ తర్వాత కుమారుడు తన తండ్రిని మోసం చేసినట్లు తెలిస్తే, ఈ చిట్టీ చెల్లుబాటు కాదు.

చిట్టీ మరియు వారసత్వం మధ్య వివాదాలు ఏర్పడినప్పుడు, వాటిని పరిష్కరించడానికి న్యాయస్థానాలు జోక్యం చేసుకుంటాయి. న్యాయస్థానాలు చిట్టీ యొక్క నిబంధనలను పరిశీలించి, అవి ఖుర్ఆన్ వారసత్వ వాటాలను ఉల్లంఘిస్తాయా లేదా అనే దానిపై నిర్ణయం తీసుకుంటాయి.

ఎగ్జిక్యూటర్ పాత్ర మరియు ఆస్తి నిర్వహణ

ఎగ్జిక్యూటర్ అనేది ఒక వ్యక్తి యొక్క మరణం తర్వాత వారి ఆస్తిని నిర్వహించడానికి మరియు పంపిణీ చేయడానికి నియమించబడిన వ్యక్తి. ఎగ్జిక్యూటర్లు తమ బాధ్యతలను నిర్వహించడానికి చాలా సమయం మరియు కృషి అవసరం.

ఎగ్జిక్యూటర్ యొక్క బాధ్యతలు

ఎగ్జిక్యూటర్ యొక్క బాధ్యతలు క్రింది విధంగా ఉన్నాయి:

- మరణించిన వ్యక్తి యొక్క ఆస్తిని గుర్తించండి మరియు అంచనా వేయండి.
- మరణించిన వ్యక్తి యొక్క రుణాలను చెల్లించండి.
- మరణించిన వ్యక్తి యొక్క కోరికలను పూర్తి చేయండి.
- మరణించిన వ్యక్తి యొక్క ఆస్తిని వారసులకు పంపిణీ చేయండి.

ఎగ్జిక్యూటర్ యొక్క హక్కులు

ఎగ్జిక్యూటర్లు క్రింది హక్కులను కలిగి ఉంటారు:

- మరణించిన వ్యక్తి యొక్క ఆస్తిని నిర్వహించడానికి మరియు పంపిణీ చేయడానికి హక్కు.
- మరణించిన వ్యక్తి యొక్క రుణాలను చెల్లించడానికి హక్కు.
- మరణించిన వ్యక్తి యొక్క కోరికలను పూర్తి చేయడానికి హక్కు.

- మరణించిన వ్యక్తి యొక్క ఆస్తిని వారసులకు పంపిణీ చేయడానికి హక్కు.

ఎగ్జిక్యూటర్‌గా ఎలా నియమించబడతారు?

ఎగ్జిక్యూటర్‌లను మరణించిన వ్యక్తి తమ ఉమ్మెర్టాలో (చివరి నాణెం) నియమించవచ్చు. మరణించిన వ్యక్తి తమ ఉమ్మెర్టాలో ఎగ్జిక్యూటర్‌ను నియమించకపోతే, న్యాయస్థానం ఎగ్జిక్యూటర్‌ను నియమిస్తుంది.

ఎగ్జిక్యూటర్‌గా వ్యవహరించడం

ఎగ్జిక్యూటర్‌గా వ్యవహరించడం అనేది చాలా బాధ్యతాయుతమైన పని. ఎగ్జిక్యూటర్‌లు తమ బాధ్యతలను నిర్వహించడానికి చాలా సమయం మరియు కృషి అవసరం. ఎగ్జిక్యూటర్‌లు తమ బాధ్యతలను నిర్వహించడంలో సహాయపడటానికి అనేక వనరులు అందుబాటులో ఉన్నాయి.

ఆస్తి నిర్వహణ

ఎగ్జిక్యూటర్‌గా, మీరు మరణించిన వ్యక్తి యొక్క ఆస్తిని నిర్వహించడానికి బాధ్యత వహిస్తారు. మీరు ఆస్తిని గుర్తించాలి, దాని విలువను అంచనా వేయాలి మరియు రుణాలను చెల్లించాలి. మీరు మరణించిన వ్యక్తి యొక్క కోరికలను కూడా పూర్తి చేయాలి మరియు ఆస్తిని వారసులకు పంపిణీ చేయాలి.

Chapter 4: Debts and Liabilities in Inheritance
అధ్యాయం 4: వారసత్వంలో అప్పులు మరియు బాధ్యతలు

పంపిణీకి ముందు ఆస్తి నుండి అప్పులు మరియు బాధ్యతల చెల్లింపు

ఒక వ్యక్తి మరణించిన తర్వాత, వారి ఆస్తిని వారసులకు పంపిణీ చేయడానికి ముందు, అప్పులు మరియు బాధ్యతలను చెల్లించడం ముఖ్యం. ఈ అప్పులు మరియు బాధ్యతలు మరణించిన వ్యక్తి యొక్క జీవిత కాలంలో ఉన్నవి మరియు వారి మరణం తర్వాత కూడా కొనసాగుతాయి.

అప్పులు మరియు బాధ్యతల రకాలు

అప్పులు మరియు బాధ్యతలు అనేక రకాలుగా ఉంటాయి. కొన్ని సాధారణ రకాలు:

- వ్యక్తిగత రుణాలు, ఉదాహరణకు, హోమ్ లేదా కారు రుణాలు, ఖాతా రుణాలు, విద్య రుణాలు మరియు స్థిరాస్తి రుణాలు.

- వ్యాపార రుణాలు, ఉదాహరణకు, వ్యాపార రుణాలు, వ్యక్తిగత రుణాలు మరియు శ్రమ రుణాలు.

- సంస్థాగత రుణాలు, ఉదాహరణకు, ప్రభుత్వ రుణాలు, బ్యాంకు రుణాలు మరియు గృహ రుణాలు.

- కర్తవ్య బాధ్యతలు, ఉదాహరణకు, భార్య లేదా భర్తకు ఆర్థిక మద్దతు, పిల్లల సంరక్షణ మరియు వారసత్వ పేర్లు.

అప్పులు మరియు బాధ్యతలను చెల్లించడం

అప్పులు మరియు బాధ్యతలను చెల్లించడానికి, ఎగ్జిక్యూటర్‌గా, మీరు మరణించిన వ్యక్తి యొక్క ఆస్తిని అంచనా వేయాలి. ఆస్తి యొక్క విలువ అప్పులను మరియు బాధ్యతలను కవర్ చేస్తుందా లేదా అనే దానిని నిర్ణయించడానికి ఇది సహాయపడుతుంది.

ఆస్తి యొక్క విలువ అప్పులను మరియు బాధ్యతలను కవర్ చేయకపోతే, మీరు ఒక చర్య తీసుకోవాలి. మీరు రుణదాతలతో ఒప్పందం కుదుర్చుకోవచ్చు లేదా న్యాయస్థానంలో కేసు వేయవచ్చు.

రుణదాతలతో ఒప్పందం కుదుర్చుకోవడానికి, మీరు వారికి ఆస్తిలో కొంత భాగాన్ని ఇవ్వవచ్చు లేదా వారి రుణాలను తగ్గించడానికి ఒప్పందం చేసుకోవచ్చు.

న్యాయస్థానంలో కేసు వేసినట్లయితే, న్యాయస్థానం అప్పులను ఎలా చెల్లించాలో నిర్ణయిస్తుంది.

అప్పులు మరియు బాధ్యతలను చెల్లించడానికి కొన్ని చిట్కాలు

- మరణించిన వ్యక్తి యొక్క ఆస్తిని అంచనా వేయడానికి ఒక ఖాతాదారుని నియమించండి.
- రుణదాతలతో ఒప్పందం కుదుర్చుకోవడానికి ప్రయత్నించండి.
- న్యాయస్థానంలో కేసు వేయడానికి ముందు న్యాయవాదిని సంప్రదించండి.

అప్పులు మరియు బాధ్యతల ప్రాధాన్యత

ఒక వ్యక్తి మరణించిన తర్వాత, వారి ఆస్తిని వారసులకు పంపిణీ చేయడానికి ముందు, అప్పులు మరియు బాధ్యతలను చెల్లించడం ముఖ్యం. ఈ అప్పులు మరియు బాధ్యతలు మరణించిన వ్యక్తి యొక్క జీవిత కాలంలో ఉన్నవి మరియు వారి మరణం తర్వాత కూడా కొనసాగుతాయి.

అప్పులు మరియు బాధ్యతల ప్రాధాన్యతను నిర్ణయించడానికి, భారతీయ వారసత్వ చట్టం (IHL) కింది నియమాలను అందిస్తుంది:

- ఆదాయం మరియు ఆస్తి యొక్క అన్ని వనరుల నుండి అప్పులను మొదట చెల్లించాలి.
- అప్పులను చెల్లించడానికి తగినంత ఆస్తి లేకపోతే, అప్పులను చెల్లించడానికి అవసరమైన మొత్తం ఆస్తిని మాత్రమే చెల్లించాలి.
- అప్పులను చెల్లించిన తర్వాత మిగిలిన ఆస్తిని వారసులకు పంపిణీ చేయాలి.

అప్పులను చెల్లించడానికి, వారసులు మరియు రుణదాతల మధ్య ఒప్పందం కుదుర్చుకోవచ్చు. ఒప్పందం కుదుర్చుకోవడానికి, వారు కింది అంశాలను పరిగణించాలి:

- అప్పుల మొత్తం మరియు వడ్డీ రేటు.
- అప్పులను చెల్లించడానికి వారసులకు ఉన్న సమయం.
- అప్పులను చెల్లించడానికి వారసులు చెల్లించే మొత్తం.

ఒప్పందం కుదుర్చుకోవడంలో సమస్యలు ఉంటే, వారసులు న్యాయస్థానాన్ని సంప్రదించవచ్చు. న్యాయస్థానం అప్పులను ఎలా చెల్లించాలో నిర్ణయిస్తుంది.

అప్పులు మరియు బాధ్యతల ప్రాధాన్యతలను ఉదాహరణతో వివరిస్తే:

- ఒక వ్యక్తి మరణించినప్పుడు, అతని ఆస్తి ₹100,000. అతనికి ₹50,000 రుణం ఉంది. వారసులు మరియు రుణదాత మధ్య ఒప్పందం కుదుర్చుకుంటే, వారు ₹50,000 రుణాన్ని మొదట చెల్లించవచ్చు. అప్పుడు, ₹50,000 మిగిలి ఉంటుంది, ఇది వారసులకు పంపిణీ చేయబడుతుంది.

- ఒక వ్యక్తి మరణించినప్పుడు, అతని ఆస్తి ₹50,000. అతనికి ₹100,000 రుణం ఉంది. వారసులు మరియు రుణదాత మధ్య ఒప్పందం కుదుర్చుకోలేకపోతే, న్యాయస్థానం ₹50,000 రుణాన్ని చెల్లించడానికి వారసులను ఆదేశించవచ్చు. అప్పుడు, మిగిలిన ₹0 వారసులకు పంపిణీ చేయబడుతుంది.

అప్పులు మరియు బాధ్యతల ప్రాధాన్యతలను అర్థం చేసుకోవడం చాలా ముఖ్యం

మరణించిన వ్యక్తి యొక్క అప్పులకు వారసుల బాధ్యత

ఒక వ్యక్తి మరణించిన తర్వాత, వారి ఆస్తిని వారసులకు పంపిణీ చేయడానికి ముందు, అప్పులను చెల్లించడం ముఖ్యం. ఈ అప్పులు మరణించిన వ్యక్తి యొక్క జీవిత కాలంలో ఉన్నవి మరియు వారి మరణం తర్వాత కూడా కొనసాగుతాయి.

భారతీయ వారసత్వ చట్టం (IHL) ప్రకారం, మరణించిన వ్యక్తి యొక్క అప్పులకు వారసులు సాధారణంగా బాధ్యత వహిస్తారు. అయితే, కొన్ని మినహాయింపులు ఉన్నాయి.

వారసులు బాధ్యత వహించే సందర్భాలు

- మరణించిన వ్యక్తి తమ ఉమెర్టాలో (చివరి నాణెం) వారసులను నియమించారు.
- మరణించిన వ్యక్తి యొక్క ఆస్తి వారసులకు చెందుతుంది.
- మరణించిన వ్యక్తి యొక్క ఆస్తి వారసులకు చెందకపోయినా, వారసులు మరణించిన వ్యక్తి యొక్క ఆస్తిని పరిరక్షించడానికి చర్యలు తీసుకున్నారు.

వారసులు బాధ్యత వహించని సందర్భాలు

- మరణించిన వ్యక్తి యొక్క ఆస్తి వారసులకు చెందదు.
- మరణించిన వ్యక్తి తమ ఉమెర్టాలో వారసులను నియమించలేదు.

- వారసులు మరణించిన వ్యక్తి యొక్క ఆస్తిని పరిరక్షించడానికి చర్యలు తీసుకోలేదు.

వారసులు బాధ్యత వహించే మొత్తం

వారసులు బాధ్యత వహించే మొత్తం అప్పుల మొత్తంపై ఆధారపడి ఉంటుంది. అప్పుల మొత్తం వారసులకు పంపిణీ చేయబడే ఆస్తి కంటే ఎక్కువగా ఉంటే, వారసులు అప్పుల మొత్తాన్ని మాత్రమే చెల్లించాలి.

వారసులు అప్పులను చెల్లించకపోతే

వారసులు అప్పులను చెల్లించకపోతే, రుణదాతలు మరణించిన వ్యక్తి యొక్క ఆస్తిని స్వాధీనం చేసుకోవచ్చు. అప్పుల మొత్తం వారసులకు పంపిణీ చేయబడే ఆస్తి కంటే ఎక్కువగా ఉంటే, రుణదాతలు వారసులను బాధ్యత వహించమని న్యాయస్థానంలో కేసు వేయవచ్చు.

వారసులు తమ బాధ్యతను తగ్గించడానికి కొన్ని చర్యలు తీసుకోవచ్చు.

- వారసులు మరణించిన వ్యక్తి యొక్క ఆస్తిని విక్రయించి, అప్పులను చెల్లించవచ్చు.
- వారసులు రుణదాతలతో ఒప్పందం కుదుర్చుకోవచ్చు. ఈ ఒప్పందంలో, రుణదాతలు అప్పుల మొత్తాన్ని తగ్గించడానికి లేదా అప్పులను చెల్లించడానికి మరింత సమయం ఇవ్వడానికి అంగీకరించవచ్చు.
- వారసులు న్యాయస్థానాన్ని సంప్రదించి, అప్పులను చెల్లించడానికి సహాయం పొందవచ్చు.

పరిష్కారం మరియు వివాద పరిష్కారం కోసం పద్ధతులు

పరిష్కారం అనేది ఒక సమస్యను పరిష్కరించడానికి లేదా ఒక వివాదాన్ని పరిష్కరించడానికి చేసే ప్రక్రియ. వివాద పరిష్కారం అనేది ఒక సమస్య లేదా వివాదాన్ని ఒక పక్షం యొక్క విజయం లేదా ఓటమి లేకుండా పరిష్కరించే ప్రక్రియ.

పరిష్కారం మరియు వివాద పరిష్కారం కోసం అనేక పద్ధతులు ఉన్నాయి. ఈ పద్ధతులు సాధారణంగా మూడు ప్రధాన వర్గాలలోకి వస్తాయి:

- సంప్రదింపులు: సంప్రదింపులు అనేది రెండు లేదా అంతకంటే ఎక్కువ పక్షాలు సమస్య లేదా వివాదాన్ని పరిష్కరించడానికి సహకారంగా కలిసి పనిచేసే ప్రక్రియ.

- మధ్యవర్తిత్వం: మధ్యవర్తిత్వం అనేది ఒక మూడవ వ్యక్తి సహాయంతో రెండు లేదా అంతకంటే ఎక్కువ పక్షాలు సమస్య లేదా వివాదాన్ని పరిష్కరించే ప్రక్రియ.

- అధికారిక విచారణ: అధికారిక విచారణ అనేది ఒక అధికారుడు లేదా సంస్థ సమస్య లేదా వివాదాన్ని పరిష్కరించడానికి నిర్ణయం తీసుకునే ప్రక్రియ.

సంప్రదింపులు

సంప్రదింపులు అనేది పరిష్కారం మరియు వివాద పరిష్కారం కోసం అత్యంత సాధారణమైన మరియు సమర్థవంతమైన పద్ధతులలో ఒకటి. సంప్రదింపులు సమస్య లేదా వివాదం యొక్క మూలాన్ని అర్థం చేసుకోవడానికి మరియు రెండు పక్షాలకు అంగీకరించగల పరిష్కారాన్ని కనుగొనడానికి అనుమతిస్తాయి.

సంప్రదింపులు విజయవంతం కావడానికి, రెండు పక్షాలు సంభాషణలో ఉండటానికి మరియు ఒక పరిష్కారాన్ని కనుగొనడానికి కట్టుబడి ఉండటానికి సిద్ధంగా ఉండాలి. సంప్రదింపులలో పాల్గొనే పక్షాలు తమ స్వంత లక్ష్యాలను మరియు ప్రాధాన్యతలను స్పష్టంగా అర్థం చేసుకోవాలి మరియు ఇతర పక్షం యొక్క దృక్కోణాన్ని వినడానికి సిద్ధంగా ఉండాలి.

మధ్యవర్తిత్వం

మధ్యవర్తిత్వం అనేది సంప్రదింపులకు సహాయం చేయడానికి ఒక మూడవ వ్యక్తిని నియమించే ప్రక్రియ. మధ్యవర్తి పక్షాలు సంప్రదింపులలో పాల్గొనడానికి మరియు ఒక పరిష్కారాన్ని కనుగొనడానికి సహాయం చేస్తారు.

మధ్యవర్తిత్వం విజయవంతం కావడానికి, రెండు పక్షాలు మధ్యవర్తితో సహకారంగా పనిచేయడానికి మరియు ఒక పరిష్కారాన్ని కనుగొనడానికి కట్టుబడి ఉండటానికి సిద్ధంగా ఉండాలి.

వారసత్వ కేసులలో రుణగారి హక్కుల రక్షణ

వారసత్వం అనేది ఒక వ్యక్తి మరణించిన తర్వాత వారి ఆస్తిని వారి వారసులకు బదిలీ చేయడం. వారసత్వ చట్టం ఈ ప్రక్రియను నియంత్రిస్తుంది మరియు వారసులకు సంబంధించిన హక్కులను రక్షిస్తుంది. అయితే, వారసత్వ కేసులలో రుణగాళ్ల హక్కులను కూడా రక్షించడం ముఖ్యం.

వారసత్వ కేసులలో రుణగాళ్ల హక్కులను రక్షించడానికి, వారసత్వ చట్టం కింది నియమాలను రూపొందించింది:

- అప్పులు చెల్లించడానికి ముందు వారసత్వాన్ని పంపిణీ చేయకూడదు. ఈ నియమం రుణగాళ్లకు వారి అప్పులను చెల్లించడానికి అవకాశం ఇస్తుంది.

- వారసులకు చెందిన ఆస్తి నుండి మాత్రమే అప్పులు చెల్లించబడతాయి. రుణగాళ్లు మరణించిన వ్యక్తి యొక్క వ్యక్తిగత ఆస్తిని లేదా రుణాలు తీసుకోవడానికి ఉపయోగించిన ఆస్తిని చెల్లించాల్సిన అవసరం లేదు.

- రుణగాళ్లు మరణించిన వ్యక్తి యొక్క వారసులకు వ్యతిరేకంగా చర్య తీసుకోవచ్చు. వారసులు అప్పులను చెల్లించకపోతే, రుణగాళ్లు వారిని కోర్టులో తీసుకెళ్లవచ్చు.

ఈ నియమాలు రుణగాళ్ల హక్కులను రక్షించడంలో సహాయపడతాయి. అయితే, ఈ నియమాలు కొన్ని సందర్భాల్లో వారసులకు కష్టాలు కలిగించవచ్చు. ఉదాహరణకు, ఒక వ్యక్తి మరణించినప్పుడు వారసులు తమ రుణాలను చెల్లించడానికి తగినంత ఆస్తిని కలిగి లేకుంటే, వారికి ఆస్తిని పొందే అవకాశం ఉండకపోవచ్చు.

వారసత్వ కేసులలో రుణగాళ్ల హక్కులను రక్షించడానికి, కింది చిట్కాలను అనుసరించవచ్చు:

- మీరు మరణించిన తర్వాత మీ ఆస్తిని ఎవరికి ఇవ్వాలనుకుంటున్నారో ఒక చిట్టీ వ్రాయండి. మీ చిట్టీలో, మీరు మీ రుణాలను ఎలా చెల్లించాలనుకుంటున్నారో కూడా పేర్కొనండి.
- మీ రుణాల గురించి మీ వారసులకు తెలియజేయండి. ఇది వారికి మీ రుణాలను చెల్లించడానికి ప్లాన్ చేయడంలో సహాయపడుతుంది.
- మీ రుణాలను చెల్లించడానికి మీ వారసులకు సహాయం చేయండి. మీరు మీ వారసులకు ఆస్తిని ఇవ్వడానికి సిద్ధంగా ఉన్నట్లయితే, దానిలో కొంత భాగాన్ని మీ రుణాలను చెల్లించడానికి ఉపయోగించవచ్చు.

వారసత్వ కేసులలో రుణగాళ్ల హక్కులను రక్షించడం ముఖ్యం.

Chapter 5: Practical Application and Case Studies
అధ్యాయం 5: ఆచరణ అనువర్తనం మరియు కేసు అధ్యయనాలు

వారసత్వ నియమాలను వాస్తవ జీవిత దృశ్యాలకు అన్వయించడం

వారసత్వం అనేది ఒక వ్యక్తి యొక్క మరణం తర్వాత అతని లేదా ఆమె ఆస్తిని ఎవరు పొందుతారో నిర్ణయించే చట్టం. వారసత్వ నియమాలు ఒక దేశం నుండి మరొక దేశానికి మారుతూ ఉంటాయి, కానీ సాధారణంగా అవి ఐదు ప్రాథమిక నియమాలపై ఆధారపడి ఉంటాయి:

- సహజ వారసత్వం: ఒక వ్యక్తి యొక్క పుట్టిన పిల్లలు, భార్య లేదా భర్త, మరియు తల్లిదండ్రులు అతని లేదా ఆమె సహజ వారసులు. ఈ వ్యక్తులు వారసత్వంలో హక్కు కలిగి ఉంటారు, అయితే వారి వారసత్వం ఎంత ఉంటుందో నిర్ణయించడానికి వారసత్వ నియమాలు ఉపయోగించబడతాయి.

- ప్రత్యేక వారసత్వం: ఒక వ్యక్తి తన సహజ వారసులకు మించి వారసత్వాన్ని ఇవ్వాలనుకుంటే, అతను లేదా ఆమె ప్రత్యేక వారసత్వాన్ని సృష్టించవచ్చు. ఇది ఒక చట్టపరమైన దస్తూరువు, ఇది ఒక నిర్దిష్ట వ్యక్తి లేదా వ్యక్తుల సమూహానికి వారసత్వాన్ని కేటాయిస్తుంది.

- చట్టబద్ధమైన వారసత్వం: ఒక వ్యక్తి ఏదైనా వారసత్వాన్ని నిర్ణయించని పక్షంలో, చట్టబద్ధమైన వారసత్వ నియమాలు అమలులోకి వస్తాయి. ఈ నియమాలు సాధారణంగా సహజ వారసత్వాన్ని ఆధారం

చేసుకుంటాయి, కానీ అవి కొన్నిసార్లు ప్రత్యేక పరిస్థితులను కూడా పరిగణనలోకి తీసుకుంటాయి.

- ఉపకారం: ఒక వ్యక్తి తన వారసులకు అదనపు ఆర్థిక సహాయం అందించాలనుకుంటే, అతను లేదా ఆమె ఉపకారాన్ని సృష్టించవచ్చు. ఇది ఒక చట్టపరమైన దస్తూరువు, ఇది ఒక నిర్దిష్ట వ్యక్తి లేదా వ్యక్తుల సమూహానికి డబ్బు లేదా ఇతర ఆస్తిని ఇస్తుంది.

- ధర్మకర్మం: ఒక వ్యక్తి తన మరణం తర్వాత తన ఆస్తిని దేవాలయాలు, మఠాలు లేదా ఇతర ధార్మిక సంస్థలకు దానం చేయాలనుకుంటే, అతను లేదా ఆమె ధర్మకర్మాన్ని సృష్టించవచ్చు. ఇది ఒక చట్టపరమైన దస్తూరువు, ఇది ఒక నిర్దిష్ట ధార్మిక సంస్థకు ఆస్తిని ఇస్తుంది.

వారసత్వ వివాదాలు మరియు వాటి పరిష్కారాల కేసు అధ్యయనాలు

వారసత్వం అనేది ఒక వ్యక్తి యొక్క మరణం తర్వాత అతని లేదా ఆమె ఆస్తిని ఎవరు పొందుతారో నిర్ణయించే చట్టం. వారసత్వ నియమాలు ఒక దేశం నుండి మరొక దేశానికి మారుతూ ఉంటాయి, కానీ సాధారణంగా అవి ఐదు ప్రాథమిక నియమాలపై ఆధారపడి ఉంటాయి:

- సహజ వారసత్వం: ఒక వ్యక్తి యొక్క పుట్టిన పిల్లలు, భార్య లేదా భర్త, మరియు తల్లిదండ్రులు అతని లేదా ఆమె సహజ వారసులు. ఈ వ్యక్తులు వారసత్వంలో హక్కు కలిగి ఉంటారు, అయితే వారి వారసత్వం ఎంత ఉంటుందో నిర్ణయించడానికి వారసత్వ నియమాలు ఉపయోగించబడతాయి.

- ప్రత్యేక వారసత్వం: ఒక వ్యక్తి తన సహజ వారసులకు మించి వారసత్వాన్ని ఇవ్వాలనుకుంటే, అతను లేదా ఆమె ప్రత్యేక వారసత్వాన్ని సృష్టించవచ్చు. ఇది ఒక చట్టపరమైన దస్తూరువు, ఇది ఒక నిర్దిష్ట వ్యక్తి లేదా వ్యక్తుల సమూహానికి వారసత్వాన్ని కేటాయిస్తుంది.

- చట్టబద్ధమైన వారసత్వం: ఒక వ్యక్తి ఏదైనా వారసత్వాన్ని నిర్ణయించని పక్షంలో, చట్టబద్ధమైన వారసత్వ నియమాలు అమలులోకి వస్తాయి. ఈ నియమాలు సాధారణంగా సహజ వారసత్వాన్ని ఆధారం చేసుకుంటాయి, కానీ అవి కొన్నిసార్లు ప్రత్యేక పరిస్థితులను కూడా పరిగణనలోకి తీసుకుంటాయి.

- ఉపకారం: ఒక వ్యక్తి తన వారసులకు అదనపు ఆర్థిక సహాయం అందించాలనుకుంటే, అతను లేదా ఆమె ఉపకారాన్ని సృష్టించవచ్చు. ఇది ఒక చట్టపరమైన

దస్తూరువు, ఇది ఒక నిర్దిష్ట వ్యక్తి లేదా వ్యక్తుల సమూహానికి డబ్బు లేదా ఇతర ఆస్తిని ఇస్తుంది.

- ధర్మకర్మం: ఒక వ్యక్తి తన మరణం తర్వాత తన ఆస్తిని దేవాలయాలు, మఠాలు లేదా ఇతర ధార్మిక సంస్థలకు దానం చేయాలనుకుంటే, అతను లేదా ఆమె ధర్మకర్మాన్ని సృష్టించవచ్చు. ఇది ఒక చట్టపరమైన దస్తూరువు, ఇది ఒక నిర్దిష్ట ధార్మిక సంస్థకు ఆస్తిని ఇస్తుంది.

నిర్దిష్ట పరిస్థితులలో వాటాల లెక్కింపు మరియు పంపిణీ

వారసత్వం అనేది ఒక వ్యక్తి యొక్క మరణం తర్వాత అతని లేదా ఆమె ఆస్తిని ఎవరు పొందుతారో నిర్ణయించే చట్టం. వారసత్వ నియమాలు ఒక దేశం నుండి మరొక దేశానికి మారుతూ ఉంటాయి, కానీ సాధారణంగా అవి ఐదు ప్రాథమిక నియమాలపై ఆధారపడి ఉంటాయి:

- సహజ వారసత్వం: ఒక వ్యక్తి యొక్క పుట్టిన పిల్లలు, భార్య లేదా భర్త, మరియు తల్లిదండ్రులు అతని లేదా ఆమె సహజ వారసులు. ఈ వ్యక్తులు వారసత్వంలో హక్కు కలిగి ఉంటారు, అయితే వారి వారసత్వం ఎంత ఉంటుందో నిర్ణయించడానికి వారసత్వ నియమాలు ఉపయోగించబడతాయి.

- ప్రత్యేక వారసత్వం: ఒక వ్యక్తి తన సహజ వారసులకు మించి వారసత్వాన్ని ఇవ్వాలనుకుంటే, అతను లేదా ఆమె ప్రత్యేక వారసత్వాన్ని సృష్టించవచ్చు. ఇది ఒక చట్టపరమైన దస్తూరువు, ఇది ఒక నిర్దిష్ట వ్యక్తి లేదా వ్యక్తుల సమూహానికి వారసత్వాన్ని కేటాయిస్తుంది.

- చట్టబద్ధమైన వారసత్వం: ఒక వ్యక్తి ఏదైనా వారసత్వాన్ని నిర్ణయించని పక్షంలో, చట్టబద్ధమైన వారసత్వ నియమాలు అమలులోకి వస్తాయి. ఈ నియమాలు సాధారణంగా సహజ వారసత్వాన్ని ఆధారం చేసుకుంటాయి, కానీ అవి కొన్నిసార్లు ప్రత్యేక పరిస్థితులను కూడా పరిగణనలోకి తీసుకుంటాయి.

- ఉపకారం: ఒక వ్యక్తి తన వారసులకు అదనపు ఆర్థిక సహాయం అందించాలనుకుంటే, అతను లేదా ఆమె ఉపకారాన్ని సృష్టించవచ్చు. ఇది ఒక చట్టపరమైన

దస్తూరువు, ఇది ఒక నిర్దిష్ట వ్యక్తి లేదా వ్యక్తుల సమూహానికి డబ్బు లేదా ఇతర ఆస్తిని ఇస్తుంది.

- ధర్మకర్మం: ఒక వ్యక్తి తన మరణం తర్వాత తన ఆస్తిని దేవాలయాలు, మఠాలు లేదా ఇతర ధార్మిక సంస్థలకు దానం చేయాలనుకుంటే, అతను లేదా ఆమె ధర్మకర్మాన్ని సృష్టించవచ్చు. ఇది ఒక చట్టపరమైన దస్తూరువు, ఇది ఒక నిర్దిష్ట ధార్మిక సంస్థకు ఆస్తిని ఇస్తుంది.

ఇస్లామిక్ కోర్టులు మరియు న్యాయవాదుల పాత్ర

ఇస్లామిక్ కోర్టులు మరియు న్యాయవాదులు ఇస్లామిక్ చట్టం (షరీయా) యొక్క అమలు మరియు ప్రసారంలో కీలక పాత్ర పోషిస్తారు. వారు ఇస్లామిక్ చట్టం యొక్క నియమాలను అర్థం చేసుకోవడానికి మరియు అమలు చేయడానికి శిక్షణ పొందారు మరియు వారు షరీయా చట్టం ఆధారంగా తీర్పులను ఇవ్వడానికి బాధ్యత వహిస్తారు.

ఇస్లామిక్ కోర్టులు

ఇస్లామిక్ కోర్టులు ఇస్లామిక్ చట్టం యొక్క అమలు కోసం ప్రత్యేకంగా ఏర్పాటు చేయబడిన కోర్టులు. అవి వివిధ రకాల కేసులను విచారించగలవు, వీటిలో:

- కుటుంబ కేసులు, వీటిలో వివాహం, విడాకులు, వారసత్వం మరియు అనాథల సంరక్షణ వంటివి ఉన్నాయి.
- ఫిస్కల్ కేసులు, వీటిలో పన్నులు, ఖజానా మరియు ఆస్తి వివాదాలు వంటివి ఉన్నాయి.
- క్రిమినల్ కేసులు, వీటిలో నేరాలకు శిక్షలు వంటివి ఉన్నాయి.

ఇస్లామిక్ కోర్టుల న్యాయమూర్తులు ఇస్లామిక్ చట్టం యొక్క నియమాలకు సంబంధించి శిక్షణ పొందారు. వారు షరీయా చట్టం ఆధారంగా తీర్పులను ఇవ్వడానికి బాధ్యత వహిస్తారు.

ఇస్లామిక్ న్యాయవాదులు

ఇస్లామిక్ న్యాయవాదులు ఇస్లామిక్ చట్టం యొక్క నియమాలకు సంబంధించి శిక్షణ పొందారు. వారు షరీయా చట్టం ఆధారంగా తమ కస్టమర్లకు సలహా ఇవ్వడానికి మరియు వారి కేసులను కోర్టులలో ప్రాతినిధ్యం వహించడానికి బాధ్యత వహిస్తారు.

ఇస్లామిక్ న్యాయవాదులు ఇస్లామిక్ చట్టం యొక్క అవగాహనను ప్రజలకు పంచుకోవడంలో కూడా పాత్ర పోషిస్తారు. వారు ఇస్లామిక్ చట్టం యొక్క నియమాలపై పుస్తకాలు, వ్యాసాలు మరియు ఇతర సమాచారాన్ని రూపొందిస్తారు.

ఇస్లామిక్ కోర్టులు మరియు న్యాయవాదుల పాత్ర యొక్క ప్రాముఖ్యత

ఇస్లామిక్ కోర్టులు మరియు న్యాయవాదులు ఇస్లామిక్ సమాజంలో శక్తివంతమైన శక్తులను కలిగి ఉన్నారు. వారు ఇస్లామిక్ చట్టం యొక్క అమలు మరియు ప్రసారంలో కీలక పాత్ర పోషిస్తారు.

ఇస్లామిక్ కోర్టులు ఇస్లామిక్ చట్టం యొక్క నియమాలను అమలు చేయడం ద్వారా ఇస్లామిక్ సమాజంలో న్యాయం మరియు న్యాయాన్ని ప్రోత్సహిస్తాయి. వారు కుటుంబాలను రక్షించడానికి, సంపదను పంపిణీ చేయడానికి మరియు నేరాలకు శిక్షలు వంటి విషయాలలో సహాయపడతాయి.

వారసత్వ విషయాలలో అర్హత కలిగిన న్యాయ సలహాను కోరడం యొక్క ప్రాముఖ్యత

వారసత్వం అనేది ఒక వ్యక్తి యొక్క మరణం తర్వాత అతని లేదా ఆమె ఆస్తిని ఎవరు పొందుతారో నిర్ణయించే చట్టం. వారసత్వ నియమాలు ఒక దేశం నుండి మరొక దేశానికి మారుతూ ఉంటాయి, కానీ సాధారణంగా అవి ఐదు ప్రాథమిక నియమాలపై ఆధారపడి ఉంటాయి:

- సహజ వారసత్వం: ఒక వ్యక్తి యొక్క పుట్టిన పిల్లలు, భార్య లేదా భర్త, మరియు తల్లిదండ్రులు అతని లేదా ఆమె సహజ వారసులు. ఈ వ్యక్తులు వారసత్వంలో హక్కు కలిగి ఉంటారు, అయితే వారి వారసత్వం ఎంత ఉంటుందో నిర్ణయించడానికి వారసత్వ నియమాలు ఉపయోగించబడతాయి.

- ప్రత్యేక వారసత్వం: ఒక వ్యక్తి తన సహజ వారసులకు మించి వారసత్వాన్ని ఇవ్వాలనుకుంటే, అతను లేదా ఆమె ప్రత్యేక వారసత్వాన్ని సృష్టించవచ్చు. ఇది ఒక చట్టపరమైన దస్తూరువు, ఇది ఒక నిర్దిష్ట వ్యక్తి లేదా వ్యక్తుల సమూహానికి వారసత్వాన్ని కేటాయిస్తుంది.

- చట్టబద్ధమైన వారసత్వం: ఒక వ్యక్తి ఏదైనా వారసత్వాన్ని నిర్ణయించని పక్షంలో, చట్టబద్ధమైన వారసత్వ నియమాలు అమలులోకి వస్తాయి. ఈ నియమాలు సాధారణంగా సహజ వారసత్వాన్ని ఆధారం చేసుకుంటాయి, కానీ అవి కొన్నిసార్లు ప్రత్యేక పరిస్థితులను కూడా పరిగణనలోకి తీసుకుంటాయి.

- ఉపకారం: ఒక వ్యక్తి తన వారసులకు అదనపు ఆర్థిక సహాయం అందించాలనుకుంటే, అతను లేదా ఆమె ఉపకారాన్ని సృష్టించవచ్చు. ఇది ఒక చట్టపరమైన

దస్తూరువు, ఇది ఒక నిర్దిష్ట వ్యక్తి లేదా వ్యక్తుల సమూహానికి డబ్బు లేదా ఇతర ఆస్తిని ఇస్తుంది.

- ధర్మకర్మం: ఒక వ్యక్తి తన మరణం తర్వాత తన ఆస్తిని దేవాలయాలు, మఠాలు లేదా ఇతర ధార్మిక సంస్థలకు దానం చేయాలనుకుంటే, అతను లేదా ఆమె ధర్మకర్మాన్ని సృష్టించవచ్చు. ఇది ఒక చట్టపరమైన దస్తూరువు, ఇది ఒక నిర్దిష్ట ధార్మిక సంస్థకు ఆస్తిని ఇస్తుంది.

వారసత్వ విషయాలు తరచుగా సంక్లిష్టంగా మరియు సవాలుగా ఉంటాయి. ఒక వ్యక్తి తన వారసత్వాన్ని సురక్షితంగా మరియు న్యాయంగా నిర్ణయించుకోవాలనుకుంటే, అతను లేదా ఆమె అర్హత కలిగిన న్యాయవాది నుండి సలహా తీసుకోవడం చాలా ముఖ్యం.

Chapter 6: Contemporary Issues and Challenges
అధ్యాయం 6: సమకాలీన సమస్యలు మరియు సవాళ్లు

ఇస్లామిక్ వారసత్వ చట్టం యొక్క ఆధునిక వివరణలు మరియు అనువర్తనాలు

ఇస్లామిక్ వారసత్వ చట్టం (ఖిలాఫత్) అనేది ఒక వ్యక్తి యొక్క మరణం తర్వాత అతని లేదా ఆమె ఆస్తిని ఎవరు పొందుతారో నిర్ణయించే షరీయా చట్టం యొక్క ఒక భాగం. ఇది ఇస్లామిక్ చట్టం యొక్క ఐదు స్థంభాలలో ఒకటి.

ఇస్లామిక్ వారసత్వ చట్టం యొక్క సాంప్రదాయిక వివరణలు పురుషులకు మహిళల కంటే ఎక్కువ వారసత్వ హక్కులు ఇస్తాయి. పురుషులు తమ తల్లిదండ్రులు, భార్యలు, పిల్లలు మరియు ఇతర బంధువుల నుండి వారసత్వాన్ని పొందవచ్చు, మహిళలు తమ తల్లిదండ్రులు, భర్తలు మరియు పిల్లల నుండి మాత్రమే వారసత్వాన్ని పొందవచ్చు.

అయితే, ఆధునిక కాలంలో, ఇస్లామిక్ వారసత్వ చట్టం యొక్క అనేక ఆధునిక వివరణలు వెలువడ్డాయి. ఈ వివరణలు సాంప్రదాయిక వివరణల కంటే మహిళలకు మరింత సమానమైన వారసత్వ హక్కులు ఇస్తాయి.

ఆధునిక వివరణల యొక్క కొన్ని లక్షణాలు:

- సమానత్వం: ఈ వివరణలు పురుషులు మరియు మహిళలకు సమానమైన వారసత్వ హక్కులను ఇస్తాయి.

- సహకారం: ఈ వివరణలు కుటుంబాలలో సహకారాన్ని ప్రోత్సహిస్తాయి.
- సమకాలీనత: ఈ వివరణలు ఆధునిక సమాజంలోని అవసరాలను తీర్చడానికి రూపొందించబడ్డాయి.

ఆధునిక వివరణల యొక్క అనువర్తనాలు:

ఆధునిక వివరణలు ఇస్లామిక్ దేశాలలో విస్తృతంగా అనువర్తించబడుతున్నాయి. ఉదాహరణకు, టర్కీ, ఇండోనేషియా మరియు పాకిస్థాన్ వంటి దేశాలు ఇస్లామిక్ వారసత్వ చట్టం యొక్క సవరించిన వెర్షన్లను అమలు చేశాయి. ఈ సవరించిన వెర్షన్లు పురుషులు మరియు మహిళలకు సమానమైన వారసత్వ హక్కులను ఇస్తాయి.

ఆధునిక వివరణలు ఇస్లామిక్ సమాజంలో మహిళల హక్కులను మెరుగుపరచడంలో సహాయపడ్డాయి. అవి మహిళలకు తమ ఆస్తిని నిర్వహించడానికి మరియు తమ కుటుంబాలకు ఆర్థికంగా మద్దతు ఇవ్వడానికి మరింత సామర్థ్యాన్ని ఇచ్చాయి.

కొన్ని అంశాలలో లింగ అసమానత మరియు వివక్షతను ఎదుర్కోవడం

లింగ అసమానత మరియు వివక్షత అనేవి ప్రపంచవ్యాప్తంగా ఉన్న సమస్యలు. అవి వివిధ అంశాలలో కనిపిస్తాయి, వీటిలో:

- విద్య: మహిళలు మరియు బాలికలు తరచుగా పురుషులు మరియు అబ్బాయిల కంటే తక్కువ విద్య పొందుతారు.
- ఉపాధి: మహిళలు తరచుగా పురుషుల కంటే తక్కువ జీతం పొందుతారు మరియు అధిక నిరుద్యోగంతో బాధపడుతున్నారు.
- రాజకీయాలు: మహిళలకు పురుషుల కంటే తక్కువ రాజకీయ ప్రాతినిధ్యం ఉంది.
- సామాజిక జీవితం: మహిళలు తరచుగా పురుషుల కంటే తక్కువ హక్కులు మరియు స్వేచ్ఛలను కలిగి ఉంటారు.

ఈ అసమానతలు మరియు వివక్షతలు మహిళలకు మరియు బాలికలకు అనేక సమస్యలకు దారితీస్తాయి, వీటిలో:

- పేదరికం: విద్య లేకపోవడం మరియు తక్కువ జీతం పొందడం వల్ల మహిళలు మరియు బాలికలు పేదరికానికి గురవుతారు.
- అశక్తత: లింగ అసమానత మరియు వివక్షత వల్ల మహిళలు మరియు బాలికలు తమ సామర్థ్యాలను పూర్తిగా అభివృద్ధి చేయలేకపోవచ్చు.

- హింస: లింగ అసమానత మరియు వివక్షత వల్ల మహిళలు మరియు బాలికలు శారీరక మరియు లైంగిక హింసకు గురవుతారు.

ఈ సమస్యలను ఎదుర్కోవడానికి, మనం లింగ సమానత్వం మరియు సమానత్వం కోసం పోరాడాలి. మనం చేయగలిగే కొన్ని విషయాలు ఇక్కడ ఉన్నాయి:

- అవగాహన పెంచండి: లింగ అసమానత మరియు వివక్షత యొక్క సమస్యల గురించి ప్రజలకు అవగాహన కల్పించండి.

- చట్టాలను మార్చండి: లింగ అసమానతను ప్రోత్సహించే చట్టాలను మార్చండి లేదా రద్దు చేయండి.

- ప్రోత్సహించండి: లింగ సమానత్వాన్ని ప్రోత్సహించే చర్యలను తీసుకోండి, ఉదాహరణకు, లింగ సమానత్వం కోసం శిక్షణా కార్యక్రమాలు లేదా లింగ సమానత్వం కోసం నిధులు సేకరించడం.

ఒకరి స్థానిక సమాజంలో లింగ అసమానత మరియు వివక్షతను ఎదుర్కోవడానికి ప్రజలు చేయగలిగే అనేక విషయాలు ఉన్నాయి. మనం అందరూ ఈ సమస్యలను పరిష్కరించడంలో పాత్ర పోషించగలము.

సంప్రదాయ నియమాలను ఆధునిక సామాజిక మరియు ఆర్థిక వాస్తవాలతో సమతుల్యం చేయడం

సంప్రదాయ నియమాలు అనేవి ఒక సమాజం యొక్క నమ్మకాలు, విలువలు మరియు ప్రవర్తనల యొక్క క్రమం. అవి తరచుగా తరాల వారీగా మార్పులు చెందుతాయి, కానీ అవి సాధారణంగా సమాజం యొక్క గుర్తింపు మరియు సమగ్రతకు ముఖ్యమైనవి.

ఆధునిక సామాజిక మరియు ఆర్థిక వాస్తవాలు అనేవి ఒక సమాజంలోని ప్రజల జీవితాలను ప్రభావితం చేసే అంశాలు. అవి సాంకేతికత, విద్య, ఆర్థిక వ్యవస్థ మరియు సంస్కృతి వంటి అంశాలను కలిగి ఉంటాయి.

సంప్రదాయ నియమాలు మరియు ఆధునిక సామాజిక మరియు ఆర్థిక వాస్తవాల మధ్య సమతుల్యం చాలా ముఖ్యం. సంప్రదాయ నియమాలు సమాజంలో స్థిరత్వం మరియు సంపన్నతను ప్రోత్సహిస్తాయి, అయితే ఆధునిక సామాజిక మరియు ఆర్థిక వాస్తవాలు సమాజం ముందుకు సాగడానికి మరియు అభివృద్ధి చెందడానికి అవసరం.

సంప్రదాయ నియమాలను ఆధునిక సామాజిక మరియు ఆర్థిక వాస్తవాలతో సమతుల్యం చేయడానికి కొన్ని మార్గాలు ఇక్కడ ఉన్నాయి:

- సంప్రదాయ నియమాలను సమీక్షించండి మరియు అప్డేట్ చేయండి. కొన్నిసార్లు, సంప్రదాయ నియమాలు ఆధునిక సమాజంలో పనిచేయడానికి అనువైనవి కాకపోవచ్చు. ఈ సందర్భాలలో, వాటిని సమీక్షించి, అవసరమైతే అప్డేట్ చేయడం ముఖ్యం.

- సంప్రదాయ నియమాలను వివరించడానికి మరియు ప్రచారం చేయడానికి సమయం కేటాయించండి. కొన్నిసార్లు, ప్రజలు సంప్రదాయ నియమాల యొక్క అర్థం మరియు ప్రాముఖ్యతను అర్థం చేసుకోలేరు. ఈ సందర్భాలలో, వాటిని వివరించడానికి మరియు ప్రచారం చేయడానికి సమయం కేటాయించడం ముఖ్యం.

- సంప్రదాయ నియమాలను ప్రోత్సహించడానికి సమాజంలోని అన్ని వర్గాలను కలుపుకోండి. సంప్రదాయ నియమాలను ప్రోత్సహించడానికి, అన్ని వర్గాల ప్రజలను కలుపుకోవడం ముఖ్యం. ఇది సంప్రదాయ నియమాలను మరింత సమర్థవంతంగా మరియు సహనశీలంగా చేస్తుంది.

సంప్రదాయ నియమాలను ఆధునిక సామాజిక మరియు ఆర్థిక వాస్తవాలతో సమతుల్యం చేయడం అనేది ఒక సవాలు. అయితే, ఇది ఒక ముఖ్యమైన లక్ష్యం, ఎందుకంటే ఇది సమాజంలో స్థిరత్వం మరియు అభివృద్ధిని ప్రోత్సహిస్తుంది.

జాతీయ న్యాయ వ్యవస్థలతో ఇస్లామిక్ వారసత్వ చట్టం యొక్క సామరస్యత

ఇస్లామిక్ వారసత్వ చట్టం (ఖిలాఫత్) అనేది ఒక వ్యక్తి యొక్క మరణం తర్వాత అతని లేదా ఆమె ఆస్తిని ఎవరు పొందుతారో నిర్ణయించే షరీయా చట్టం యొక్క ఒక భాగం. ఇది ఇస్లామిక్ చట్టం యొక్క ఐదు స్థంభాలలో ఒకటి.

జాతీయ న్యాయ వ్యవస్థలు అనేవి ఒక దేశంలోని చట్టాలను అమలు చేసే మరియు వివాదాలను పరిష్కరించే వ్యవస్థలు. అవి సాధారణంగా రాజ్యాంగం, చట్టాలు మరియు న్యాయ సంప్రదాయాల ఆధారంగా ఉంటాయి.

ఇస్లామిక్ వారసత్వ చట్టం మరియు జాతీయ న్యాయ వ్యవస్థల మధ్య సామరస్యం సాధించడం అనేది ఒక సవాలు. ఇది రెండు వ్యవస్థల యొక్క విభిన్న లక్ష్యాలు మరియు విధానాల కారణంగా ఉంది.

ఇస్లామిక్ వారసత్వ చట్టం యొక్క ప్రధాన లక్ష్యం న్యాయం మరియు సమానత్వంను ప్రోత్సహించడం. ఇది వారసత్వాన్ని కుటుంబంలోని అన్ని సభ్యులకు సమానంగా పంపిణీ చేయాలని లక్ష్యంగా పెట్టుకుంది.

జాతీయ న్యాయ వ్యవస్థల ప్రధాన లక్ష్యం చట్టాన్ని అమలు చేయడం మరియు న్యాయంను సాధించడం. ఇవి సాధారణంగా సామాజిక మరియు ఆర్థిక శ్రేయస్సును ప్రోత్సహించడం కూడా లక్ష్యంగా పెట్టుకుంటాయి.

ఇస్లామిక్ వారసత్వ చట్టం మరియు జాతీయ న్యాయ వ్యవస్థల మధ్య సామరస్యాన్ని సాధించడానికి కొన్ని మార్గాలు ఇక్కడ ఉన్నాయి:

- రెండు వ్యవస్థల మధ్య పరస్పర అవగాహనను పెంచండి. ఇస్లామిక్ వారసత్వ చట్టం యొక్క సూత్రాలను జాతీయ న్యాయవ్యవస్థల వృత్తిపరమైనులకు బోధించడం ద్వారా ఇది చేయవచ్చు.

- రెండు వ్యవస్థల మధ్య సహకారాన్ని ప్రోత్సహించండి. ఉదాహరణకు, ఇస్లామిక్ న్యాయవాదులు మరియు జాతీయ న్యాయవ్యవస్థల వృత్తిపరమైనులు కలిసి పనిచేయడానికి ప్రోత్సహించవచ్చు.

- రెండు వ్యవస్థలను సమగ్రం చేయడానికి చట్టాలను మరియు చట్టాలను సవరించండి. ఉదాహరణకు, ఇస్లామిక్ వారసత్వ చట్టం యొక్క కొన్ని నియమాలను జాతీయ న్యాయ వ్యవస్థల యొక్క సూత్రాలకు అనుగుణంగా సవరించవచ్చు.

ఇస్లామిక్ వారసత్వ న్యాయశాస్త్రంలో భవిష్యత్తు దిశలు మరియు సంభావ్య సంస్కరణలు

ఇస్లామిక్ వారసత్వ చట్టం (ఖిలాఫత్) అనేది ఒక వ్యక్తి యొక్క మరణం తర్వాత అతని లేదా ఆమె ఆస్తిని ఎవరు పొందుతారో నిర్ణయించే షరీయా చట్టం యొక్క ఒక భాగం. ఇది ఇస్లామిక్ చట్టం యొక్క ఐదు స్థంభాలలో ఒకటి.

ఇస్లామిక్ వారసత్వ చట్టం యొక్క ప్రాథమిక నియమాలు ఖురాన్ మరియు హదీసు ద్వారా నిర్ణయించబడ్డాయి. ఈ నియమాలు కుటుంబంలోని అన్ని సభ్యులకు న్యాయం మరియు సమానత్వాన్ని ప్రోత్సహించడానికి రూపొందించబడ్డాయి.

అయితే, ఇస్లామిక్ వారసత్వ చట్టం ఇప్పటికీ అనేక సవాళ్లను ఎదుర్కొంటోంది. ఈ సవాళ్లలో కొన్ని:

- లింగ అసమానత: ఇస్లామిక్ వారసత్వ చట్టం యొక్క సాంప్రదాయిక వివరణలు పురుషులకు మహిళల కంటే ఎక్కువ వారసత్వ హక్కులను ఇస్తాయి.
- ఆధునిక సమాజంతో అనుకూలత: ఇస్లామిక్ వారసత్వ చట్టం కొన్నిసార్లు ఆధునిక సమాజంలోని మార్పులకు అనుగుణంగా ఉండదు. ఉదాహరణకు, ఈ చట్టం పుట్టినప్పుడు వారసత్వ హక్కులను నిర్ణయిస్తుంది, కానీ ఆధునిక సమాజంలో, వారసత్వాన్ని నిర్ణయించడానికి ఇతర అంశాలు కూడా పరిగణనలోకి తీసుకోవడం సాధారణం.
- సామరస్య సమస్యలు: ఇస్లామిక్ దేశాలలో, ఇస్లామిక్ వారసత్వ చట్టం తరచుగా జాతీయ చట్టాలతో

సమన్వయం చేయబడదు. ఇది సమస్యలకు దారితీస్తుంది, ఉదాహరణకు, వివాదాలను పరిష్కరించడంలో కష్టాలు.

ఈ సవాళ్లను ఎదుర్కోవడానికి, ఇస్లామిక్ వారసత్వ చట్టంలో భవిష్యత్తులో సంస్కరణలు జరగాల్సి ఉంది. ఈ సంస్కరణలు కొన్నిసార్లు ఇస్లామిక్ చట్టం యొక్క ప్రాథమిక సూత్రాలను ఉల్లంఘించకుండా ఉండటానికి జాగ్రత్తగా రూపొందించబడాలి.

ఇస్లామిక్ వారసత్వ చట్టంలో సంభావ్య సంస్కరణలలో కొన్ని:

- లింగ సమానత్వం: పురుషులు మరియు మహిళలకు సమాన వారసత్వ హక్కులను కల్పించడం.

- ఆధునిక సమాజానికి అనుకూలత: ఇస్లామిక్ వారసత్వ చట్టాన్ని ఆధునిక సమాజంలోని మార్పులకు అనుగుణంగా చేయడం.

- సామరస్య సమస్యలను పరిష్కరించడం: ఇస్లామిక్ వారసత్వ చట్టాన్ని జాతీయ చట్టాలతో సమన్వయం చేయడం.

-

www.ingramcontent.com/pod-product-compliance
Lightning Source LLC
LaVergne TN
LVHW010605070526
838199LV00063BA/5079